실전 베트남어
TIẾNG VIỆT THỰC DỤNG

저자 전혜경 (한국외국어대학교 베트남어과 교수)
　　　Trần Văn Tiếng (호치밍시 외국어 정보대학교 동방문화 언어학과 교수)
　　　Nguyễn Ngọc Quế (한국외국어대학교 연수평가원 교수)

http://www.moonyelim.com

실전 베트남어

초판 2쇄 인쇄   2019년 3월 15일
초판 2쇄 발행   2019년 3월 22일

지은이 전혜경
발행인 서덕일
펴낸곳 도서출판 문예림

출판등록 1962.7.12 (제406-1962-1호)
주소 경기도 파주시 회동길 366 (10881)
전화 (02)499-1281~2 팩스 (02)499-1283
전자우편 info@moonyelim.com
ISBN 978-89-7482-851-6 (18730)

잘못된 책은 구입하신 서점에서 교환하여 드립니다.
본 책은 저작권법에 의해 보호를 받는 저작물이므로 무단 전제와 복제를 금합니다.

머리말

이 교재는 베트남어를 배우고자 하는 학생들이나 기업체 임직원들에게 매 학과마다 기초 회화 및 문법 이외에 새롭게 심화 학습 부분을 보충하여 실전에 필요한 응용 학습이 가능하도록 꾸며졌습니다.

저는 오랫동안 학생들에게 베트남어를 가르쳐오면서 이해와 암기가 쉽고 간단 명료하면서 베트남 현지 실생활에 곧바로 응용할 수 있는 베트남어 회화 교재의 필요성을 많이 느끼고 이미 베트남 호치밍 외국어 정보대학교의 Tran Van Tieng 교수와 베트남어 회화 1, 2 교재를 공저하여 출판한 바 있습니다.

이미 출판한 교재를 사용하여 몇 년 동안 한국어외국어대학교 베트남어과 학생들과 베트남어를 배우고자 하는 기업체 임직원들에게 베트남어를 가르쳐 본 결과 학습자들이 교재의 간단 명료한 회화 내용을 통해 베트남어를 쉽게 배울 수 있는 장점은 있으나 베트남어 학습 발전 정도에 따라 응용할 수 있는 심화 학습 부분이 필요함을 느껴왔습니다. 그래서 이번에 한국 외국어대학교 외국어 연수평가원에서 기업체 임직원들을 대상으로 베트남어를 가르치고 있는 Nguyen Ngoc Que 선생님과 함께 심화 학습 부분을 보완하여 재 출판하게 되었습니다.

이 교재를 통하여 베트남어 회화 및 문법을 쉽고 재미있게 배울 수 있기를 희망합니다.

끝으로 교정을 맡아준 국립하노이대학 한국학과를 졸업하고 한양대학교 한국학 석사과정에서 공부하고 있는 Le Huyen Trang에게 감사를 표하며 출판을 맡아 주신 문예림 출판사에도 깊은 감사를 드립니다.

한국외국어대학교 베트남어과
전 혜 경

MỤC LỤC

- 머리말 ··· 3

PHẦN I: LUYỆN PHÁT ÂM(발음)

- Chương I: Giới thiệu hệ thống nguyên âm và phụ âm tiếng việt *(베트남어 자음과 모음)* ··· 8
- Chương II: Các bài tập luyện phát âm ··· 14

PHẦN II: HỘI THOẠI(회화)

- Bài 1: Xin chào ·· 32
- Bài 2: Giới thiệu ··· 39
- Bài 3: Tôi học tiếng Việt ·· 48
- Bài 4: Sống ở đâu? ··· 57
- Bài 5: Đi mua sắm ·· 69
- Bài 6: Ôn tập ··· 81
- Bài 7: Anh đi học lúc mấy giờ? ·· 90
- Bài 8: Số điện thoại của tôi ·· 104
- Bài 9: Tôi muốn thuê một phòng ·· 116
- Bài 10: Ở tiệm cà phê ·· 128
- Bài 11: Ở quán ăn ··· 143

- Bài 12: Ôn tập 153
- Bài 13: Đi bằng gì? 164
- Bài 14: Tôi bị lạc đường 175
- Bài 15: Ở ngân hàng 186
- Bài 16: Đi du lịch 199
- Bài 17: Tôi chưa quen khí hậu Việt Nam 209
- Bài 18: Ôn tập 219

PHẦN ĐÁP ÁN

- **Nội dung phần nghe:** 238
- **Tóm lược các từ và đặc điểm ngữ pháp đã học** 258

PHẦN I
LUYỆN PHÁT ÂM
발음

Chương I >>> GIỚI THIỆU HỆ THỐNG NGUYÊN ÂM VÀ PHỤ ÂM TIẾNG VIỆT (베트남어 자음과 모음)

I. BẢNG CHỮ CÁI TIẾNG VIỆT (베트남어 알파벳) 🎧

- A/a
- C/c
- Ê/ê
- K/k
- O/o
- Q/q
- U/u
- Y/y

- Ă/ă
- D/d
- G/g
- L/l
- Ô/ô
- R/r
- Ư/ư

- Â/â
- Đ/đ
- H/h
- M/m
- Ơ/ơ
- S/s
- V/v

- B/b
- E/e
- I/i
- N/n
- P/p
- T/t
- X/x

II. HỆ THỐNG NGUYÊN ÂM TRONG TIẾNG VIỆT (베트남어의 모음) 🎧

Tiếng Việt có 11 nguyên âm đơn và 3 nguyên âm đôi.
베트남어에는 단모음 11개와 이중모음 3개가 있다.

1. Các nguyên âm đơn 단모음

i(y), ê, e, ư, ơ, a, ă, â, u, ô, o

- *Chữ viết hoa*: I, Ê, E, Ư, Ơ, A, Ă, Â, U, Ô, O   (대문자)
- *Chữ viết thường*: i, ê, e, ư, ơ, a, ă, â, u, ô, o   (소문자)

Phân biệt các nguyên âm bằng cách căn cứ vào độ nâng của lưỡi và hình dáng của môi (tròn môi và không tròn môi).
각 단모음들은 입술의 모양과 혀의 높낮이에 따라 구별된다.

Hãy xem bảng tóm tắt sau.

(1)		(2) Trước 전	(3) Sau 후	
			không tròn môi 둥글지 않은 모양	tròn môi 둥근 입술 모양
Cao	(고)	i	ư	u
Trung bình	(중)	ê	ơ/â	ô
Thấp	(저)	e	a/ă	o

- Ở cột (1) biểu thị độ nâng cao của lưỡi. Sự khác biệt giữa "ê" và "e" là: "ê" lưỡi nâng lên trung bình, "e" lưỡi hạ thấp. 표의 (1)은 혀의 높낮이를 나타냄. ê와 e는 혀의 높이에 따라 구별되는데, "ê"의 혀의 위치는 '중', "e"의 혀의 위치는 '저'이다.
- Ở cột (2) biểu thị sự đưa lưỡi ra phía trước, còn cột (3) là lưỡi rút về phía sau.
  (2) 혀를 앞쪽으로 내어 발음함, (3) 혀를 뒤쪽으로 빼어 발음함.
- Khi phát âm các nguyên âm "u", "ô" và "o" thì môi phải tròn.
  단모음 "u", "ô", "o"를 발음할 때 둥근 입술 모양이 된다.
- Các nguyên âm "â" và "ă" là những nguyên âm ngắn còn "ơ" và "a" là những nguyên âm dài.
  모음 "â" "ă"는 단모음이며 "ơ", "a"는 장모음이다.

2 Các nguyên âm đôi (이중모음)

iê/yê/ia/ya [ie]; ươ/ưa [ə]; uô/ua [uo]

2.1. Nguyên âm đôi: iê/yê/ ia/ya [ie]

- Khi có phụ âm cuối, sẽ viết thành chữ "**iê**".
  끝 자음이 있을 때 "iê"가 쓰여진다.
  Ví dụ: b**iế**t (알다), t**iế**ng Việt (베트남어) …
- Khi không có phụ âm cuối, chúng ta viết thành chữ "**ia**".
  끝 자음이 없을 때 ia가 쓰여진다.
  Ví dụ: m**ía** (사탕수수), ch**ia** (나누다) ….
- Khi có "u" trước "iê" + phụ âm cuối, chúng ta viết thành **uyê** + phụ âm cuối.
  "u"가 "iê" 앞에 위치하여 끝자음과 함께 쓰여지면 uyê + 끝자음의 형태로 쓰여진다.
  Ví dụ: th**uyề**n (보트), t**uyê**n bố (선포하다)…
- Khi phụ âm đầu là phụ âm tắc thanh hầu:
  Ví dụ: **yê**u (사랑하다), **yê**n (조용히)
- Một trường hợp viết "ya": kh**uya**.

2.2. Nguyên âm đôi: ươ/ưa [ə] 이중모음 ươ

- Khi có phụ âm cuối, sẽ viết thành chữ "**ươ**".
  끝 자음이 있을 때 "ươ"가 쓰여진다.
  Ví dụ: m**ượ**n (빌리다), đ**ượ**c (되다)…
- Khi không có phụ âm cuối, chúng ta viết thành chữ "**ưa**".
  끝 자음이 없을 때 ưa가 쓰여진다.
  Ví dụ: m**ưa** (비오다), l**ửa** (불)….

2.3. Nguyên âm đôi: uô(ua)/ uô(ua) [uo] (이중모음)

- Khi có phụ âm cuối, sẽ viết thành chữ "**uô**".
  끝 자음이 있을 때 uô가 쓰여진다.
  Ví dụ: m**uố**n (바라다) b**uồ**n (슬프다)….
- Khi không có phụ âm cuối, chúng ta viết thành chữ "**ua**".
  끝 자음이 없을 때 "ua"가 쓰여진다.
  Ví dụ: m**ua**(사다) c**ủa** (~의)…

III. CÁC PHỤ ÂM ĐẦU (첫 자음)

- b
- th
- x
- tr
- nh
- g/gh

- m
- t
- d
- s
- c/k/q
- h

- ph
- d
- gi
- r
- ng/ngh

- v
- n
- l
- ch
- kh

- Các phụ âm đầu kết hợp với nguyên âm tạo thành âm tiết.
  첫자음과 모음이 결합하여 음절을 만든다.
  Ví dụ: −b + a ⇨ ba (바)   − m + a ⇨ ma (마)

- Chữ "**d**" và "**gi**" đều phát âm là /**z**/. Ở miền Nam phát âm thành /**j**/.
  "d"와 "gi" 모두 /z/로 발음된다. 남부지방에서는 /j/로 발음된다.

- Chữ "**c**", "**k**" và "**q**" đều phát âm là /**k**/. Khi viết có sự phân biệt.
  "c", "k", "q" 모두 /k/로 발음되며 쓸 때는 다음과 같이 구별된다.

Viết chữ "**k**" khi đứng trước các nguyên âm: **i**, **ê**, **e** và **iê(ia)**. i, ê, e와 iê 앞에서는 k가 쓰인다.	Viết chữ "**c**" các nguyên âm còn lại 그 외의 모음 앞에서는 "c"가 쓰인다).	Viết chữ "**q**" khi sau nó có âm đệm "**u**" và đọc thành /**kw**/ "q" 뒤에서는 "u"가 쓰여지며 /kw/로 발음한다.
Ví dụ: kí tên (사인하다), kế bên (옆에), kẻ trộm (도둑놈), kiến (개미)	Ví dụ: ca (노래하다), có (있다), cũ (오래된)…	Ví dụ: qua [kwa] (통과하다), quí [kwí] (귀하다)…

- Hai chữ "**g**" và "**gh**" phát âm giống nhau nhưng khi viết phải chú ý:
  "g"와 "gh"의 발음은 같으나 쓸 때는 다음을 주의한다.

Viết chữ "**gh**" khi sau nó là các nguyên âm "**i**", "**ê**", "**e**" và "**iê**"(ia). ("i", "ê", "e" 그리고 iê 앞에서는 "gh"를 쓴다.)	Viết chữ "**g**" trước các nguyên âm khác (그 외 다른 모음 앞에서 "g"가 쓰인다.)
Ví dụ: ghi (적다), ghê (몹시), ghe (보트), ghiền (~에 중독되다, 빠지다)	Ví dụ: gà (닭), gõ cửa (두드리다)…

- Hai chữ "**ng**" và "**ngh**" phát âm giống nhau nhưng khi viết phải chú ý:
  "ng"와 "ngh"의 발음은 같으나 쓸 때 다음을 주의한다.

Viết chữ "**ngh**" trước các nguyên âm "**i**", "**ê**", "**e**" và "**iê**" (ia) ("i", "ê", "e"와 "iê" 앞에서는 ngh가 쓰인다.)	Viết chữ "**ng**" trước các nguyên âm khác 그 외 다른 모음 앞에서는 "ng"를 쓴다.
Ví dụ: nghĩ (생각하다), nghề nghiệp (직업), nghe (듣다), sự nghiệp (사업)	*Ví dụ*: ngày (날), ngủ (자다), …

IV CÁC ÂM CUỐI (끝자모음)

1. **Phụ âm**:
   a) -m, -n, -nh, -ng
   Ví dụ: làm (하다), bạn (친구), mạnh (건강하다), đúng (맞다)
   b) -p, -t, -ch, -c
   Ví dụ: mập (살찌다), hát (노래부르다), sách (책), hoa cúc (국화)
2. **Các bán nguyên âm**: 반모음 : u/ o, i/ y.
   Ví dụ: số sáu (여섯), tại sao (왜), số hai (둘) hay quá (재미있다)

V HỆ THỐNG THANH ĐIỆU (성조)

Tiếng Việt có 6 thanh (dấu). Bao gồm:
베트남어에는 다음과 같은 6개의 성조가 있다.

		Bằng (plain) 평	Trắc (uneven) 측	
Cao	고	Thanh ngang	Thanh ngã	Thanh sắc
Thấp	저	Thanh huyền	Thanh hỏi	Thanh nặng

1 Lưu ý (유의)

1. Thanh ngang (không dấu): phát âm hơi cao, không lên không xuống.
약간 높은 음에서 시작하여 평평하게 발음한다.

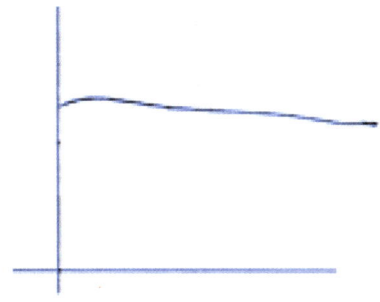

Ví dụ: ma, ba, cha...

2. Thanh huyền: đi xuống thấp
아래로 길게 내린다.

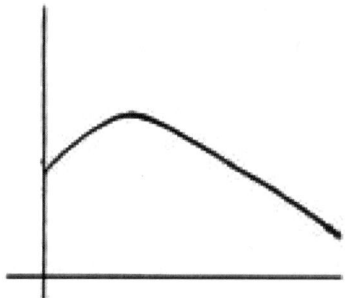

Ví dụ: mà, bà, chà...

3. Thanh ngã: đầu tiên có độ cao như dấu huyền sau đó xuống nhanh, đột ngột và lại lên cao.
dấu huyền과 마찬가지로 약간 높은 음에서 시작하여 급격히 하강시켰다가 다시 급격히 상승시킨다.

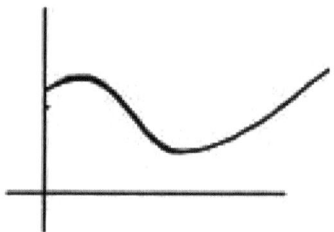

Ví dụ: mã, gã, lã...

4. Thanh hỏi: đầu tiên có độ cao như dấu huyền sau đó tăng lên cao
약간 높은 음에서 시작하여 dấu huyền과 같이 아래로 내린 후 다시 약간 올린다.

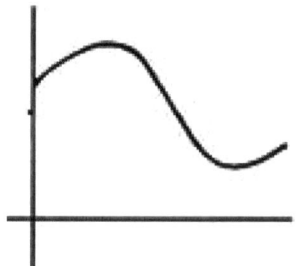

Ví dụ: cả, thả, chả...

5. Thanh sắc: đầu tiên hơi ngang sau đó đi lên cao
처음에 평평하게 발음하다가 점점 음을 올리며 발음한다.

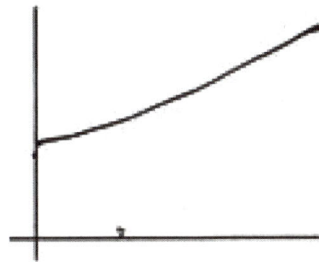

Ví dụ: cá, đá, má…

6. Thanh nặng: đầu tiên hơi ngang, sau đó xuống đột ngột.
처음에 평평하게 발음하다가 급격히 내린다.

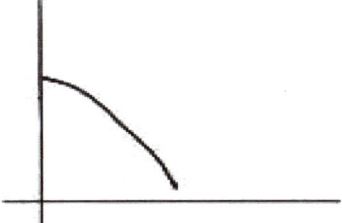

Ví dụ : mạ, cạ, dạ,…

Chương II >>> CÁC BÀI TẬP LUYỆN PHÁT ÂM

BÀI 1

1. *Các nguyên âm*: i, ê, e
2. *Các phụ âm đầu*: b-, đ-, m-, n-
3. Thanh ngang, thanh sắc
4. *Các phụ âm cuối*: -m, -n

1. Đọc theo giáo viên: 따라 읽으시오.

i	bi	đi	mi	ni
ê	bê	đê	mê	nê
e	be	đe	me	ne

2. Luyện đọc với thanh ngang: 평성조 읽기 연습

bi	đi	mi	ni
bê	đê	mê	nê
be	đe	me	ne

3. Luyện đọc với thanh sắc: thanh sắc 읽기 연습

bí	đí	mí	ní
bế	đế	mế	nế
bé	đé	mé	né

4. Nguyên âm kết hợp với phụ âm cuối –m và –n: 모음과 끝자음 m과 n 결합

| im | êm | em |
| in | ên | en |

5. Luyện đọc (thanh ngang): 읽기 연습(평성조)

bim	bêm	bem
bin	bên	ben
đim	đêm	đem

đin	đên	ben
mim	mêm	mem
min	mên	men
nim	nêm	nem
nin	nên	nen

6. Giáo viên phát âm thanh ngang, sinh viên đọc với thanh sắc (평성조의 단어를 thanh sắc으로 읽으시오).

Giáo viên	Sinh viên
đên	⇨
mem	⇨
bên	⇨
đêm	⇨
bem	⇨
nen	⇨
ben	⇨

BÀI 2

1. *Các nguyên âm*: ư, ơ, â, a, ă
2. *Các phụ âm đầu*: v-, t-, l-, h-
3. *Thanh huyền, thanh hỏi.*
4. *Các phụ âm cuối*: -ng, -nh.

1. Đọc theo giáo viên 따라 읽으시오.

ư	bư	đư	mư	nư
ơ	bơ	đơ	mơ	nơ
a	ba	đa	ma	na

- **Với các phụ âm đầu** 자음: v-, t-, l-, h-

ư	vư	tư	lư	hư
ơ	vơ	tơ	lơ	hơ
a	va	ta	la	ha

2. Luyện đọc với thanh huyền (thanh huyền 읽기연습):

ừ	vừ	từ	lừ	hừ
ờ	vờ	tờ	lờ	hờ
à	và	tà	là	hà

3. Luyện đọc với thanh hỏi: (thanh hỏi 읽기연습)

ử	vử	tử	lử	hử
ở	vở	tở	lở	hở
ả	vả	tả	lả	hả

4. Luyện đọc với âm cuối -ng (끝자음 -ng연습)

| ang | vang | tang | lang | hang |
| | vưng | tưng | lưng | hưng |

Tiếng Việt không có:

| ơng | vơng | tơng | lơng | hơng |

5. Luyện đọc với âm cuối -nh (끝자음 -nh연습)

| anh | vanh | tanh | lanh | hanh |

Tiếng Việt không có:

| vưnh | tưnh | lưnh | hưnh | |
| anh | vanh | tanh | lanh | hanh |

6. Luyện đọc với thanh huyền (thanh huyền 읽기 연습)

ừng	vừng	từng	lừng	hừng
àng	vàng	tàng	làng	hang
ành	vành	tành	lành	hành

7. Luyện đọc với thanh hỏi (thanh hỏi 읽기 연습)

ửng	x	tửng	lửng	hửng
ảng	vảng	tảng	lảng	không có
ảnh	vảnh	không có	lảnh	không có

8. Nguyên âm ngắn: â và ă: 단모음 â와 ă

Đây là 2 nguyên âm luôn luôn có âm cuối (끝자음이 있는 경우에 사용되는 모음이다)
Luyện đọc và phân biệt (읽기 연습 및 구별)

| âm | ân | âng | tiếng Việt không có "ânh" |
| ăm | ăn | ăng | tiếng Việt không có "ănh" |

vâm	tâm	lâm	hâm
văm	tăm	lăm	hăm
bấm	đấm	mấm	nấm
bắm	đắm	mắm	nắm
tần	lần	bản	vần
tằn	lằn	lằn	lằn

BÀI 3

1. *Các nguyên âm*: u, ô, o
2. *Các phụ âm đầu*: c- (k-/qu-), ph-, th-, d-(gi-)
3. *Thanh ngã, thanh nặng*
4. *Các phụ âm cuối*: -p, -t, -ch, -c

1. Đọc theo giáo viên các phụ âm đầu v-, t-, l-, h- kết hợp với " u", "ô", "o" (có thanh ngã):

u	vu	tu	lu	hu	vũ	tũ	lũ	hũ
ô	vô	tô	lô	hô	vỗ	tỗ	lỗ	hỗ
o	vo	to	lo	ho	võ	tõ	lõ	hõ

2. Đọc theo giáo viên các phụ âm đầu v-, t-, l-, h- kết hợp với " u", "ô", "o" (có thanh nặng):

u	vụ	tụ	lụ	hụ
ô	vộ	tộ	lộ	hộ
o	vọ	tọ	lọ	họ

3. Đọc theo giáo viên các phụ âm c, k, q:

k:	ki	kê	ke	kí	kế	ké	kì	kề
	kè	kĩ	kị					
c:	ca	cư	cơ	cân	căn	cu	cô	co
	cá	cứ	cớ	cấn	cắn	cú	cố	có
	cà	cừ	cờ	cần	cằn	cù	cồ	cò
	cả	cử	cở	cẩn	cẳn	củ	cổ	cỏ
	x	cữ	cỡ	x	x	cũ	cỗ	x
	cạ	cự	cợ	cận	cặn	cụ	cộ	cọ

q: qui   quê   que   quân   quăn   quơ
         quí   quế   qué   quấn   quắn   quớ
         quì   quề   què   quần   quằn   quờ

4. Đọc các phụ âm ph-, th- d- (gi-):

ph: phi   phê   phe   phí   phế   phé   phì   phề   phè
          phỉ   phể   phẻ   phỉ   phổ   phô   phị   phệ   phẹ
          phu   phô   pho   phi   phê   phe   phụ   phộ   phọ

th: thi   thê   the   thí   thế   thé   thì   thề   thè
          thỉ   thể   thẻ   thu   thô   tho   thủ   thổ   thỏ

d: di   dê   de   dư   dơ   da   dan   dân   dăn

gi: gi   gia   gie   giư   giơ   gia   gian giân giăn
          dì   dề   dè   dừ   dờ   dà   dàn   dần   dằn
          gì   x   giè   giừ   giờ   già   giàn giần giằn

5. Các phụ âm cuối -p, -t, -ch, -c :

íp   ép   íp   ứp   óp   ấp   áp   ắp
úp   ốp   íp   ịp   ệp   ẹp   ợp   ợp
ít   ết   ét   ứt   ót   ất   át   ắt
út   ốt   ít   ịt   ọt   ật   ạt   ặt
ích   ếch   x   x   x   x   ách   x
ịch   ệch   x   x   x   x   ạch   x
íc   x   éc   ức   x   ấc   ác   ắc
x   ẹc   ực   x   ậc   ạc   ặc

6. Bài tập phát âm:

mập (béo)	hát	phụ nữ	nhân dân
quyển sách	sạch sẽ	học tập	tóc
đẹp	mất	mát	mắt
cáp	cắp	cấp	x
sáp	sắp	sấp	x
láp	lắp	lấp	x
hét	hết	méc	hếch
mét	chết	x	mếch
chét	lết	x	chếch
lét	x	x	lếch

BÀI 4

1. *Các nguyên âm đôi:* iê (yê-, -ia(ya)), ươ, (-ưa), uô (-ua)
2. *Các phụ âm đầu:* tr-, nh-, kh-, g-(gh-)
3. *Âm cuối:* u/o, i/y

1. Đọc theo giáo viên các nguyên âm đôi -iê-, (u) yê-, ia :

iê:	kiên	viên	liên	biên	
	kiêm	viêm	liêm	biêm	
	kiếng	viếng	liếng	biếng	
	kiệt	việt	liệt	biệt	
(u)yê:	tuyên	tuyến	tuyền	tuyển	
	luyên	luyến	luyện		
	huyên	huyến	huyền	huyễn	
	thuyên	thuyền			
	duyên				
ia:	tia	lia	hia	thia	mia
	tía	lía	hía	thía	hía
ya:	khuya				

2. Luyện tập:

Giáo viên phát âm thanh ngang, sinh viên thêm thanh huyền, thanh nặng, thanh hỏi :

Giáo viên:	*Sinh viên*:		
tia	tìa	tịa	tỉa
lia	_____	_____	_____
hia	_____	_____	_____
thia	_____	_____	_____
mia	_____	_____	_____
nia	_____	_____	_____

3. Đọc theo giáo viên các nguyên âm đôi ươ -và -ưa:

ươ:	**cương**	**phương**	**thương**	**dương**
	cương	phương	thương	dương
	lươm	tươm	nươm	hươm
	lướt	tướt	nướt	hướt

PHẦN I: LUYỆN PHÁT ÂM | 19

ưa:	cưa	phưa	thưa	dưa
	lứa	phứa	thứa	dứa

4. Luyện tập:

Giáo viên phát âm thanh ngang, sinh viên thêm thanh huyền, thanh nặng, thanh hỏi:

Giáo viên:	*Sinh viên*:		
cưa	cừa	cựa	cửa
phưa	_____	_____	_____
thưa	_____	_____	_____
dưa	_____	_____	_____
mưa	_____	_____	_____

5. Đọc theo giáo viên nguyên âm đôi uô-, -ua:

uơ:	muôn	muốn	muỗng	
	nuông	nuống	thuỗng	
	cuông	cuống	cuồng	
ua:	cua	của	húa	hùa
	lua	lúa	lùa	

6. Luyện tập:

Giáo viên phát âm thanh ngang, sinh viên thêm thanh huyền, thanh nặng, thanh ngã:

Giáo viên:	*Sinh viên*:		
mua	mùa	mụa	mũa
thua	_____	_____	_____
tua	_____	_____	_____
dua	_____	_____	_____

7. Đọc theo giáo viên các phụ âm tr-, nh-, kh-, g- (gh-):

tr:	tra	tri	trê	tre
	trá	trí	trế	tré
	trà	trì	trề	trè
nh:	nha	nhi	nhê	nhe
	nhá	nhí	nhế	nhé
	nhà	nhì	nhề	nhè
kh:	kha	khi	khê	khe
	khá	khí	khế	khé

	khà	khì	khề	khè
g:	ga	gư	gơ	gu
	gá	gứ	gớ	gú
	gà	gừ	gờ	gù
gh:		ghi	ghê	ghe
		ghí	ghế	ghé
		ghì	ghề	ghè

8. Đọc theo giáo viên các từ có bán nguyên âm cuối –u/o và –i/y:

-u:	lau	hau	mau	nhau
	láu	háu	máu	nháu
-o:	lao	hao	mao	nhao
	láo	háo	máo	nháo
-i:	lai	hai	mai	nhai
	lái	hái	mái	nhái
-y:	lay	hay	may	thay
	láy	háy	máy	

9. Luyện đọc:

lài	lãi	mải	mãi
lại	lài	mài	mày
thảy	hãy	dải	thầy
bảy	nải	gảy	thấy
lạo	nhạo	cạo	mạo
tao	tào	hạo	hảo
cháu	chào	chảo	chào anh
chào thầy			

BÀI 5

1. *Âm đệm*: /-w-/ (-u- và -o-)
2. *Các phụ âm đầu*: ng- (ngh-), r-, ch-

1. Âm đệm /-w-/:

Âm đệm /-w-/ đứng giữa phụ âm đầu và âm chính làm cho âm tiết được phát âm tròn môi. Khi viết, âm đệm /-w-/ viết bằng chữ "**u**" và chữ "**o**". So sánh:

không có âm đệm	có âm đệm	không có âm đệm	có âm đệm
ta	toa	la	loa
da	doa	ly	luy
ha	hoa	thê	thuê
tân	tuân	thả	thỏa

Lưu ý:

- Trước các nguyên âm "y", "ê", "ơ", "â", âm đệm /-w-/ phải viết là chữ "u".

Ví dụ:	tuy	thuê	huơ	tuân
	luy	huế	thuở	luận

- Trước các nguyên âm "e", "a", "ă", âm đệm /-w-/ phải viết là chữ "o".

Ví dụ:	khỏe	hoa	hoặc
	Loe	khoa	ngoặc

2. Luyện đọc:

thúy	hủy	quí	khuy
thuế	huê	quê	khuê
thuở	huơ	quở	
thuần	huấn	quận	khuân
toe	loa	khoăn	

3. Các phụ âm đầu ng- (ngh-), r-, ch-:

ng:	nga	ngu	ngư	ngơ
	ngân	ngo	ngon	ngày
	ngăn	ngành	nguồn	ngoa
ngh:	nghi	nghê	nghe	nghiêng
	nghỉ	nghề	nghè	nghiêng
r:	ri	rê	re	riêng
	rứ	rớ	rần	rương
ch:	cha	chăn	chơn	chân
	chi	chê	che	chiên
	chư	chu	chô	cho

4. Luyện đọc:

ngủ ngon	nghe ngóng	ngủ nghê	ngớ ngẩn
nghiệt ngã	ngờ nghệch	ngỡ ngàng	nghi ngờ
rả rích	róc rách	rẻ rúng	riêng rẽ
rác rưởi	rì rầm	rầu rĩ	rộng rãi
chữ	chách	chẳng	chẩn
chào	chan chát	che chắn	chứa chan

5. Phân biệt ch- và tr-:

cha	tra	chân	trân
chi	tri	che	tre
chư	trư	chô	trô
chách	trách	chào	trào

6. Luyện đọc:

chính trị	châm trà	cá tra	con chó
chị ơi	trong nhà	chân trái	chờ đợi
điều chỉnh	chán chê	chuẩn bị	trách nhiệm

BÀI 6

1. *Phụ âm đầu: x-, s-*
2. *Kết hợp các thanh điệu*
3. *Phát âm đúng ngữ điệu*

1. Đọc theo giáo viên các từ có âm "x-"

xi	xê	xe	xiên
xư	xơ	xăn	xuân
xu	xô	xo	xuống

2. Đọc theo giáo viên các từ có âm "s-"

| si | sê | se | siên |
| sư | sơ | săn | sân |

su   sô   so

3. Phân biệt "x-" và "s-"

xin	sin	xáo	sáo
xâm	sâm	xáng	sang
xót	sót	xốc	sốc

4. Luyện đọc:

xa xăm	xoay xở	xúm xít	xin xỏ
số sáu	sàm sỡ	sống sượng	sáng sủa
xe đạp	xe hơi	phía sau	tại sao

5. Đọc kết hợp 2 thanh điệu:

5.1. Thanh ngang với các thanh khác:

Sự kết hợp các thanh	Ví dụ		
ngang - ngang	em trai	đi chơi	quê hương
ngang - huyền	đi về	bao giờ	năm người
ngang - hỏi	tư tưởng	vui vẻ	công sở
ngang - ngã	xin lỗi	khiêu vũ	chiêu đãi
ngang - sắc	con cá	văn hóa	cao cấp
ngang - nặng	quan hệ	siêu thị	bưu điện

5.2. Thanh huyền với các thanh khác:

Sự kết hợp các thanh	Ví dụ		
huyền - ngang	người ta	bình dân	cà phê
huyền - huyền	đồng hồ	nhà hàng	hoàn thành
huyền - hỏi	điều khiển	đầy đủ	tình cảm
huyền - ngã	đồng nghĩa	liều lĩnh	bình tĩnh
huyền - sắc	bài hát	thành phố	Hàn Quốc
huyền - nặng	đề nghị	tài trợ	trường học

5.3. Thanh hỏi với các thanh khác:

Sự kết hợp các thanh	Ví dụ		
hỏi - ngang	khả năng	buổi trưa	điểm tâm
hỏi - huyền	chủ nhà	buổi chiều	phở bò
hỏi - hỏi	bảo đảm	thỉnh thoảng	hủy bỏ
hỏi - ngã	hiểu rõ	triển lãm	sửa chữa
hỏi - sắc	bảo chứng	tổng thống	cảm xúc
hỏi - nặng	cảm động	chuẩn bị	tiểu học

5.4. Thanh ngã với các thanh khác:

Sự kết hợp các thanh	Ví dụ		
ngã - ngang	diễn viên	ngã ba	nữ sinh
ngã - huyền	sẵn sàng	rõ ràng	giữ gìn
ngã - hỏi	dũng cảm	chỗ ở	dễ hiểu
ngã - ngã	kỹ lưỡng	bỡ ngỡ	mãi mãi
ngã - sắc	miễn phí	ngữ pháp	lỗ vốn
ngã - nặng	xã hội	kỹ thuật	ngữ điệu

5.5. Thanh sắc với các thanh khác:

Sự kết hợp các thanh	Ví dụ		
sắc - ngang	trái cây	phóng viên	giáo sư
sắc - huyền	nước dừa	áo quần	tiếng Hàn
sắc - hỏi	sức khỏe	kết quả	chính phủ
sắc - ngã	bác sĩ	hấp dẫn	thiếu nữ
sắc - sắc	áo mới	thế giới	chú ý
sắc - nặng	chính trị	tiếng Việt	ví dụ

5.6. Thanh nặng với các thanh khác:

Sự kết hợp các thanh	Ví dụ		
nặng - ngang	bệnh nhân	tự do	cạnh tranh
nặng - huyền	động từ	phụ từ	thực hành
nặng - hỏi	lịch sử	mạnh khỏe	đại biểu
nặng - ngã	phụ nữ	ngoại ngữ	rộng rãi
nặng - sắc	hệ thống	ngoại quốc	động tác
nặng - nặng	bệnh viện	điện thoại	độc lập

6. **Đọc kết hợp hơn 2 thanh điệu:**

mua xe hơi   ăn cơm trưa   tôi ăn cơm
nhà này dài   đài truyền hình   làm bình thường
tuyển thủ giỏi   hủy bỏ cả   hỏi làm nhảm
đã bỡ ngỡ   ngẫm nghĩ mãi   mỗi mẫu mã
ký túc xá   có áo mới   nó thích sách
bệnh viện rộng   sự hoạt động   thật thuận tiện

7. **Luyện tập ngữ điệu:**

7.1. Kết thúc câu bằng một từ có thanh ngang:
- Tôi mua xe hơi.
- Cô Thu đi đâu?

7.2. Kết thúc câu bằng một từ có thanh huyền:
- Tôi về nhà.
- Chào anh, anh tên là gì?

7.3. Kết thúc câu bằng một từ có thanh hỏi:
- Tôi không hiểu.
- Anh bao nhiêu tuổi?

7.4. Kết thúc câu bằng một từ có thanh ngã:
- Tiếng Việt rất dễ.
- Ai đi học trễ?

7.5. Kết thúc câu bằng một từ có thanh sắc:
- Bạn tôi là y tá.
- Tại sao cô ấy không đến?

BÀI 7: MỘT SỐ PHỤ ÂM VÀ NGUYÊN ÂM KHÓ VỚI NGƯỜI HÀN QUỐC

1 Các phụ âm khó với người Hàn Quốc 🎧(1)
(한국인에게 어려운 자음 발음)

- **B - V - P:**
  B (ㅂ): 윗입술과 아랫입술을 꽉 물고 후음으로 발음한다.
  V (ㅂ): 윗치아와 아랫입술을 꽉 물고 발음한다.
  P (ㅍ): 윗입술과 아랫입술을 닫아서 빠르게 발음한다.

  VD:

bởi vì	bình tĩnh	bối cảnh	bánh kẹo	bàn bạc
vội vã	vân vân	công việc	vui vẻ	vinh dự
pê đan	pa-nô	parabol	pa tê	pa tanh

- **Đ** (ㄷ+ㄹ): 'ㄷ'과 'ㄹ' 합해서 나온 음으로 영어의 'do' 동사에 나온 'd'음과 비슷하게 발음한다.

  | đi đứng | đếm tiền | đầy đủ | đối đầu | đạt được |
  | đích đến | đuổi theo | đang đến | đối đáp | đã làm |

- **T** (ㄸ): 'ㄸ'으로 발음한다.
- **Th** (ㅌ): 'ㅌ'으로 발음한다.

tôi tớ	tính chất	tầm thường	tâm trạng	kinh tế
tường thuật	thông thạo	thường xuyên	thương nhau	thu vàng
thành lập	thành phố	thịt nướng	thích thú	

- **L - R** (ㄹ):

  | liên tục | luôn luôn | lo lắng | liếc mắt | lầy lội |
  | riêng biệt | rộng lớn | rủi ro | rảnh rỗi | rậm rạp |

- **N** (ㄴ) **- Nh** (녀):

  | nụ cười | nói chuyện | núi rừng | nuôi nấng | nối tiếp |
  | nhiệm kỳ | nhẹ nhàng | nhiệm vụ | nhà cửa | nhu cầu |

- **ch** (ㅊ) **- tr** (ㅉ):

  | chiếc lá | chiến tranh | ý chí | chủ nghĩa | chạy trốn |
  | cây tre | trẻ trung | trường kỳ | thanh tra | trao đổi |

2 Các nguyên âm khó với người Hàn Quốc 🎧⁽¹⁾
(한국인에게 어려운 모음 발음)

- **a** (아) - **ă** (아) - **â** (어)

an bình	can dự	băng qua	bàng hoàng	làng xã
xăng dầu	vắng vẻ	ăn uống	ăn cắp	căng thẳng
ấm áp	ân hận	cấp độ	đầy ắp	bắt đầu
anh tôi	Hà Nội	Việt Nam		

- **e** (애) - **ê** (에)

em bé	thẹn thùng	bẻ gãy	khe khẽ	ép buộc
êm ái	bên cạnh	êm đềm	êm xuôi	con bê

- **o** (오+어) - **ô** (오) - **ơ** (어)

tò mò	có lí	rất nóng	bố con	bỏ phiếu
bộ đội	công thức	bồ bịch	cộng tác	một lòng
mở ra	nằm mơ	cơm trộn	vợ chồng	bớt
ở nhà	uống rượu	sườn nướng	vợ tôi	phở

- **u** (우) - **ư** (으)

lúc lắc	cảm cúm	lụt lội	ung dung	lúng túng
hư hỏng	bực mình	ấm ức	hưng thịnh	thắt lưng

- **ai - ay** (아이)

chê bai	hài hước	bài học	hai ba	tai mắt
máy bay	không hay	tay chân	cái này	bảy tám

- **oai - oay** (오아이)

loài vật	khoai lang	hủy hoại	quằn quại	thoải mái
loay hoay	quay bài	quẩy quang	xoay xoay	tay quay

- **iêu(yêu)** (이에우) - **ươu** (으어우)

bao nhiêu	siêu thị	bất hiếu	kiều diễm	yêu đương
hươu sao	uống rượu	bướu cổ	chim khướu	

3 Sự kết hợp nguyên âm và phụ âm khó với người Hàn Quốc 🎧⁽¹⁾
(한국인에게 어려운 자음과 모음의 결합)

- **an** (안) - **ang** (앙) - **anh** (아잉)

bình an	lan can	an toàn	man mác	công an
cách mạng	lang thang	số mạng	bàng hoàng	sang trọng
bánh chưng	anh hùng	ánh sáng	hạnh phúc	canh chừng

- **oc - ôc** (옥)

đặt cọc	học hành	bóc quả	hóc xương	góc nhà
ốc đảo	bốc dỡ	dốc sức	tốc độ	tốc hành

- **ong - ông** (옹)

con ong	hỏng hóc	bóng mát	học bổng	không xong
lỗ hổng	không được	bông hoa	công ty	ông bà

PHẦN II
HỘI THOẠI
회화

BÀI 1 >>> XIN CHÀO

I HỘI THOẠI

1. Anh Park : Chào cô!
    Cô Lan : Chào anh!
    Anh Park : Cô có khỏe không?
    Cô Lan : Cảm ơn anh, tôi khỏe.

2. Anh Kim : Em chào thầy ạ!
    Thầy Nam : Chào em!
    Anh Kim : Thầy có khỏe không ạ?
    Thầy Nam : Cám ơn em, tôi khỏe. Còn em, em có khỏe không?
    Anh Kim : Cảm ơn thầy, em cũng khỏe ạ.

3. Cô Lan : Chào Linh!
    Cô Linh : Chào Lan!
    Cô Lan : Linh (có) khỏe không?
    Cô Linh : Cảm ơn, tôi bình thường. Lan thế nào?
    Cô Lan : Tôi cũng bình thường.

4. Anh Park : Chào cô, hẹn gặp lại.
    Cô Lan : Chào anh, hẹn gặp lại.

II TỪ VỰNG

• chào (gặp nhau)	안녕하세요	• còn	그런데,
• chào (= tạm biệt)	안녕히 가세요	• bình thường	보통이다
	안녕히 계세요	• cũng	역시
• thầy	남자 선생님	• thế nào	어때요?
• khỏe	건강하다	• hẹn gặp lại	다시 만나자
• cám ơn	감사하다		
• ạ	높임을 타내는 종결어미		

III GIẢI THÍCH NGỮ PHÁP

1 "Xin chào", "Chào":

Được người Việt Nam dùng khi gặp nhau hoặc khi chia tay, không phân biệt thời gian (시간에 관계없이 만날 때나 헤어질 때 사용한다.) "Xin chào" là cách nói rất lịch sự.

베트남사람은 Chào의 뒤에 "anh", "chị", "cô", "thầy"나 이름을 부른다.

Ví dụ:

-Xin chào - Chào	Ông	할아버지, 사회적으로 지위가 있는 남자, 당신
	Bà	할머니, 사회적으로 지위가 있는 여자, 당신
	Anh	형, 오빠, 자기보다 나이 조금 많은 사람, 처음 만날 때 나이 모를 때
	Chị	누나, 언니, 자기보다 나이 조금 많거나 처음 만날 때 나이 모를 때
	Cô	고모, 여선생님, 아가씨, 아줌마
	Chú	작은 아버지, 아저씨
	Thầy	남선생님
	Em	동생
	Lan	존경을 표현할 때 xin chào chị (cô, bà) Lan!. 일반: Chào Lan
	Hùng	존경을 표현할 때 xin chào anh (ông, chú) Hùng; 일반: Chào Hùng

2 ....thế nào?

Là từ dùng để hỏi tính chất, trạng thái. Từ "thế nào" đứng cuối câu hỏi.

상태나, 성격 및 사물의 특징을 묻는 의문사

Ví dụ:

Hỏi: *Cô Lan thế nào?*

Đáp: *Tôi khỏe.*

Hỏi: *Anh Park thế nào?*

Đáp: *Tôi bình thường.*

IV LUYỆN TẬP

1 Điền từ vào chỗ trống (빈칸을 채우시오.)

a) Thầy Nam : Chào _____

   Anh Park : Chào _____! Thầy có khỏe không?

Thầy Nam : Cám ơn _____ Tôi khỏe. Còn _____?
Anh Park : Cám ơn _____ _____ cũng khỏe.

b) Cô Lan : Chào _____ _____ Có khỏe không?
Anh Kim : _____, tôi khỏe. Còn _____?
Cô Lan : _____, tôi _____ khỏe. Chào _____, hẹn gặp lại!
Anh Kim : Chào _____, hẹn _____!

2 **Sử dụng "thế nào" để đặt câu** ("thế nào"로 사용하여 의문문을 만드시오.)

A: _____? E: _____?
B: Cám ơn, tôi khỏe. F: Tôi không khỏe.

C: _____?
D: Cảm ơn, tôi bình thường.

3 **Giáo viên đọc, sinh viên ghi thanh điệu**
선생님이 읽고, 학생들은 알맞은 성조를 표시하십시오.

A: *Chao anh*
B: *Anh co khoe không?*
A: *Cam ơn, tôi khoe. Con anh?*
B: *Cam ơn, tôi binh thương. Chao anh, tôi đi.*

C: *Chao thây ! Thây co khoe không?*
D: *Chao em ! Cam ơn, tôi khoe. Em đi đâu?*
C: *Em đi vê nha. Em chao thây, em đi.*

BÀI ĐỌC

Xin chào. Tôi là Park. Tôi là người Hàn Quốc. Tôi là sinh viên. Tôi mới đến Việt Nam. Đây là anh Kim. Anh Kim cũng là người Hàn Quốc. Anh ấy cũng là sinh viên. Anh ấy cũng mới đến Việt Nam. Cô Lan có khỏe không?

Từ vựng :

là: ~이다
mới: (이제 막)
người: 사람
sinh viên: (대)학생
đến: 오다

심화학습 (작문청취)

1 Luyện tập đặt câu (작문을 하시오)

1.1. Chào lần đầu gặp mặt. *(처음 만날 때)*

"Xin chào" ; "Chào".

- 형, 안녕하세요.   – _____
- 누나, 안녕하세요.   – _____
- 선생님, 안녕하세요.   – _____
- 란씨, 안녕하세요.   – _____
- 할아버지, 안녕하세요   – _____

  * 전화로 인사할 때도 사용됨:

  A lô. Chào anh (chị, ông, bà…)!

1.2. _____ tên là gì? : _____ 이름이 무엇입니까?

- Tên 앞에 이인칭대명사(anh, ông, bà, em…) 혹은 삼인칭대명사(anh ấy, chị ấy, bà ấy, nó)를 사용한다.
- 한국어에서는 존댓말 표현을 단어와 종결어미로 하는데 베트남어에서는 "*ạ*"라는 단어를 문장 끝에 붙여서 한다.

- 성함이 어떻게 됩니까?   – Ông tên là gì *ạ*?
- 아저씨 이름이 무엇입니까?   – _____
- 형 이름이 무엇입니까?   – _____
- 언니 이름이 무엇입니까?   – _____
- 너 이름이 뭐니?   – _____

1.3. _____ có _____ không? : 의문문.

상태가 어떻게 되는지 혹은 어떤 일을 할 것인지 물어 볼 때 사용한다. "*có*"를 빼서 문장을 줄일 수도 있다.

Hãy dùng các từ dưới đây để đặt câu – 아래 단어들을 사용하여 문장을 완성하시오.

khỏe	: 건강하다	đau	: 아프다
đói	: 배가 고프다	buồn	: 슬프다
thích	: 좋아하다	sợ	: 무섭다
ăn	: 먹다	uống	: 마시다
ngủ	: 자다	học	: 공부하다
làm	: 하다	viết	: 쓰다

• 오빠, 건강하세요? — <u>Anh</u> có <u>khỏe</u> không?
• 아프세요? — _____ có _____ không?
 — _____ có _____ không?
 — _____ có _____ không?

1.4. _____ **thế nào?** 어떻습니까? 어때요?

상태, 성격 및 사물의 특징을 물을 때 사용하는 의문사.

Ví dụ: 형 어때요? — _____
누나 — _____
당신 — _____
Lan — _____

2 Nghe và điền từ vào chỗ trống
(다음 문장을 듣고 빈칸을 채우시오.

2.1.

Mr. Kim : Xin _____.
Mr. Nam : Chào anh. _____, anh tên là gì?
Mr. Kim : Tôi tên _____ Kim Min Ho. Anh _____ là gì?
Mr. Nam : Tôi tên là _____. Rất vui được gặp anh.
Mr. Kim : Tôi cũng rất _____ được gặp anh.

2.2.

Hùng : Chào cô Hoa. Cô có _____ không?
Hoa : Chào anh Hùng. Tôi khỏe, còn _____?
Hùng : Cảm _____ cô. Tôi cũng _____.
Hoa : Chào anh. Hẹn gặp lại.
Hùng : Chào cô. Hẹn _____ lại.

2.3.

Cô An : Chào _____.
Anh Nam : Chào _____.
 Cô _____ khỏe không?
Cô An : Cảm ơn _____.
 Tôi _____. Còn _____?
Anh Nam : Cảm ơn _____.
 _____ cũng khỏe.

2.4. 🎧

 Thầy Park : Chào các _____.

 Học sinh : Chào _____ ạ.

      Thầy có _____ ạ?

 Thầy Park : Cảm ơn _____ em.

      Thầy _____. Còn _____ em?

 Học sinh : Cảm ơn _____.

      Chúng _____ cũng khỏe ạ.

③ Văn hóa chào của người Việt (베트남 사람의 인사문화)

 Thông thường, khi người Hàn Quốc chào nhau, nếu là người nhỏ tuổi thì cúi đầu chào người lớn tuổi, người ngang hàng thì cùng cúi đầu chào. Người Việt Nam khi chào nhau thì không cúi đầu. Người Việt khi chào thường "bắt tay". Nếu là người thân hay bạn bè lâu ngày gặp lại, họ còn có thể ôm lấy nhau để thể hiện sự vui mừng.

 Văn hóa bắt tay là do ảnh hưởng từ văn hóa phương Tây. Văn hóa cúi đầu chào là do ảnh hưởng của văn hóa Nho Giáo của Trung Quốc xưa. Việc bắt tay thể hiện sự vui vẻ, thân thiện và cởi mở. Cúi đầu chào thể hiện sự lễ phép, tôn trọng và khiêm tốn. Đối với trường hợp trẻ con, khi chào người lớn có khi cha mẹ đứa nhỏ dạy phải khoanh tay trước ngực chào.

 Lần đầu gặp nhau người Việt thường nói "Xin chào!" "chào anh!..." tùy theo lứa tuổi. Nếu là người đã quen biết rồi thì có thể nói "chào + anh, chị + tên người". Tùy theo ngữ cảnh mà người chào còn có thể chào bằng các câu như: "Dạo này anh thế nào? (요새 잘 지냈어요?) Anh vẫn khỏe chứ (건강하세요/몸이 괜찮아요?)" Nếu gặp trên đường thì cũng chào giống người Hàn Quốc "anh đi đâu đấy? (어디에 가세요?), Chị ăn cơm chưa (식사했어요?) v.v…

이런 표현도 있네!

1. Lâu lắm rồi nhỉ! 오래간만입니다.
2. Thế giới thật nhỏ bé phải không nào! 세상이 좁군요!
3. Ô! Ngọn gió nào đưa anh đến đây vậy!
 아이고! 어떻게 오셨어요? (무슨 바람이 불어서 왔어요?)
4. Dạo này anh thế nào? 요즘 잘 지냈어요?
5. Công việc của anh tốt chứ? 당신 일이 잘 돼요?

BÀI 2 >>> GIỚI THIỆU

I HỘI THOẠI

1. Anh Park : Xin chào. Tôi tên là Park.
   Cô Lan : Em tên là Lan. Anh Park có khỏe không?
   Anh Park : Cám ơn, tôi khỏe. Còn cô?
   Cô Lan : Cám ơn. Em cũng khỏe.
               Anh Park là sinh viên phải không?
   Anh Park : Dạ phải. Tôi là sinh viên.

2. Thầy Nam : Chào em. Tôi là Nam. Tôi là giáo viên.
   Anh Kim : Xin chào thầy. Em là sinh viên.
   Thầy Nam : Em có khỏe không?
   Anh Kim : Dạ, cám ơn thầy. Em khỏe.
   Thầy Nam : Em là người Trung Quốc phải không?
   Anh Kim : Dạ không phải. Em là người Hàn Quốc.

3. Anh Lê : Chào Lan.
   Cô Lan : Chào anh.
   Anh Lê : Xin giới thiệu: Đây là anh Park.
   Cô Lan : Chào anh Park.
   Anh Park : Chào cô. Hân hạnh được gặp cô. Xin lỗi, cô tên gì?
   Cô Lan : Dạ, em tên Lan. Anh Park là người Hàn Quốc phải không?
   Anh Park : (Dạ) phải.

II TỪ VỰNG

- giới thiệu — 소개하다
- giáo viên — 교사
- Trung Quốc — 중국
- Hàn Quốc — 한국
- Dạ — 네, 예
- Việt Nam — 베트남

- không phải — ~아니다. (부정)
- xin giới thiệu — 소개하겠습니다.
- đây là… — 이분은….
- hân hạnh được gặp… — 만나서 반갑습니다.
- xin lỗi — 실례합니다.
- Singapo — 싱가포르

• Lào	라오스	• Mỹ	미국
• Nhật Bản	일본	• Pháp	프랑스
• Campuchia	캄보디아	• Úc	호주
• Canada	캐나다		

III GIẢI THÍCH NGỮ PHÁP

1 *"Là"*: (quan hệ từ) là từ biểu thị quan hệ giữa chủ ngữ và vị ngữ.
주어와 서술어 사이의 관계를 나타낼 때 쓰인다.

a) *Hình thức khẳng định* 긍정문:

Ví dụ: - Anh Park *là* sinh viên.
        - Đây *là* cô Lan.

b) *Hình thức phủ định* 부정문:

Ví dụ: - Anh Park *không phải là* sinh viên.
        - Đây *không phải là* cô Lan.

c) *Hình thức nghi vấn* 의문문:

HỎI	ĐÁP
- Anh Park *là* sinh viên *phải không*?	- Dạ, *phải*. (Anh Park *là* sinh viên)
	- Dạ, *không phải*. (Anh Park *không phải là* sinh viên)
- Đây là cô Lan *phải không*?	- Dạ, *phải*. (Đây *là* cô Lan)
	- Dạ, *không phải*. (Đây *không phải là* cô Lan)

2 *"Tôi"*, *"Em"*: là những từ người nói dùng để xưng hô.
화자가 자신을 지칭할 때 쓰인다.

– *"Tôi"*: là từ dùng bình thường. Từ này cũng được dùng trong trường hợp người nghe và người nói là đồng nghiệp hoặc thầy giáo nói với sinh viên.
가장 일반적으로 사용되며, 동등한 관계에서, 혹은 선생님이 학생들 앞에서 말할 때 쓰인다.

– *"Em"*: là từ mà sinh viên nói với thầy giáo, cô giáo hoặc người nói nhỏ tuổi hơn người nghe một chút.
학생이 선생님 앞에서 말할 때 쓰여지며, 화자가 나이가 더 어릴 때 주로 사용한다.

3 Đây là⋯/ Kia là⋯/ Đó là⋯

- "*Đây*" dùng để chỉ người hay vật gần người nói, "*Kia*" dùng để chỉ người hay vật xa người nói, "*Đó*" dùng để chỉ người hay vật gần người nghe hoặc xa cả người nghe và người nói.

"*Đây*"는 화자와 가까이 있는 사람이나 물건을 가리킬 때 쓰인다. "*Kia*"는 화자와 조금 떨어져 있는 사람이나 물건을 가리킬 때, "*Đó*"는 듣는 사람과 가까이 있는 사람이나 물건을 가리킬 때 혹은 듣는 사람과 말하는 사람이 모두 멀리 있을 때 쓰인다.

Ví dụ:

HỎI	ĐÁP
- Đây là *ai*?	- Đây là *cô Lan*.
- Kia là *ai*?	- Kia là *anh Kim*.
- Đây là *cái gì*?	- Đây là *tờ báo*.
- Kia là *cái gì*?	- Kia là *quyển sách*.

IV LUYỆN TẬP

1 Hoàn thành những câu dưới đây: (아래 물음을 완성하시오)

a) Anh Park _____?

– Dạ phải. Anh Park là sinh viên.

b) Cô Lan _____?

– Dạ phải. Cô Lan là người Việt Nam.

c) Đây là _____?

– Dạ phải. Đây là tờ báo.

d) Anh Lê _____?

– Dạ không phải. Anh Lê không phải là giáo viên. Anh Lê là _____.

e) Kia là _____?

– Dạ không phải. Kia không phải là anh Kim. Kia là _____.

2 Chuyển những câu dưới đây thành câu phủ định: (아래 문장을 부정문으로 바꾸시오)

a) Cô Lan là người Việt Nam. → _____.

b) Anh Kim là sinh viên. → _____.

c) Cô Kim là giáo viên. → _____.

d) Đây là máy vi tính. → _____.

e) Chị Linh là phóng viên. → _____.

3 Dùng "tôi" hoặc "em":

a) *Thầy giáo*   : Chào _____!
   Sinh viên   : Chào thầy. Thầy khỏe không ạ?
   Thầy giáo   : Cám ơn, _____ khỏe. Còn _____?
   Sinh viên   : Dạ, cám ơn thầy, _____ khỏe.

b) (*Anh Lee 30 tuổi, cô Lan 23 tuổi*):
   Anh Lee   : Cô tên gì?
   Cô Lan   : _____ tên là Lan. Còn anh?
   Anh Lee   : _____ tên là Lee.

BÀI ĐỌC

Tôi là Nam. Tôi là người Việt Nam. Tôi không phải là phóng viên. Tôi là sinh viên. Tôi học tiếng Anh.

Đây là anh Kim. Còn kia là anh Park. Anh Kim và anh Park mới đến Việt Nam. Anh Kim và anh Park học tiếng Việt. Anh Park muốn học tiếng Nhật. Anh Kim không muốn học tiếng Nhật. Còn bạn?

Từ vựng :

tiếng Anh: 영어
và: 그리고, ~와
tiếng Việt: 베트남어
tiếng Nhật: 일본어
muốn: ~원하다
không: ~아니다(부정)
bạn: ("anh, chị, cô"와 마찬가지로 화자와 청자의 나이가 비슷할 때 친밀함을 나타내며 사용됨)

심화학습 (작문청취)

1 Luyện tập đặt câu (착문을 하시오.)

1.1. Là: 이다.
주어와 서술어 사이의 관계를 나타낼 때 쓰인다.

a. Hình thức khẳng định 긍정문: _____ *là* _____

Tôi **là** sinh viên.   나는 학생이다
Anh Park **là** giám đốc.   미스터 박은 사장님이세요.
Đây **là** công ty.   여기는 회사입니다.

• giáo viên	: 선생	• bác sĩ	: 의사	• y tá	: 간호사
• sinh viên	: 학생	• giám đốc	: 사장	• thư ký	: 비서
• quyển sách	: 책	• cái bàn	: 책상	• cái ghế	: 의자
• phòng học	: 교실	• trường học	: 학교	• công ty	: 회사
• phòng làm việc	: 사무실	• xưởng sản xuất	: 생산공장	• nhà máy	: 공장

_____ là _____   _____ là _____
_____ là _____   _____ là _____
_____ là _____   _____ là _____
_____ là _____   _____ là _____

여기는 사무실입니다.   이 곳은 학교입니다.
여기는 우리 회사입니다.   저기는 공장입니다.
이것은 책입니다.   이것은 의자입니다.

b. Hình thức phủ định 부정문: _____ *không phải là* _____

Tôi **không phải là** sinh viên.   저는 학생이 아닙니다.
Tôi **không phải là** bác sĩ.   저는 의사가 아닙니다.
Tôi **không phải là** giám đốc.   저는 사장이 아닙니다.

• luật sư	: 변호사	• chủ nhà	: 집주인	• tổng thống	: 대통령
• bác sĩ	: 의사	• ô tô	: 자동차	• thẩm phán	: 판사

_____ không phải là _____   _____ không phải là _____
_____ không phải là _____   _____ không phải là _____
_____ không phải là _____   _____ không phải là _____
_____ không phải là _____   _____ không phải là _____

이것은 삼성전화가 아닙니다.   이것은 책이 아닙니다.
여기는 내 사무실이 아닙니다.   그 분은 우리 사장님은 아닙니다.
그 분은 실장님이 아닙니다.   그 분은 직원이 아닙니다.

c. Hình thức nghi vấn 의문문: _____ là _____ phải không?

HỎI	ĐÁP
- Anh **là** sinh viên(대학생) **phải không**?	- Dạ, phải. Tôi là sinh viên.
- Cô **là** thư ký(비서) **phải không**?	- Dạ, không phải. Tôi không phải là thư ký.
- Bác **là** giám đốc(사장) **phải không**?	- Không phải. Tôi là trưởng phòng(실장).

_____ là _____ phải không? Dạ, phải. Tôi là _____

_____ là _____ phải không? Dạ, phải. Tôi là _____

_____ là _____ phải không?

Dạ, không phải. Tôi không phải là _____

_____ là _____ phải không?

Dạ, không phải. Tôi không phải là _____

이 분께서는 사장님이십니까?   이 분은 실장님입니까?

이 분은 회사원입니까?   여기는 공장입니까?

여기는 당신의 집입니까?   이분은 당신의 비서입니까?

1.2. Đây là _____ / **Kia là** _____ / **Đó là** _____ : 여기 _____ / 저기 _____ / 거기 _____.

- cô Lan
- anh Park
- cái ly : 컵
- bạn của tôi : 내 친구
- vợ của tôi : 우리 아내
- nhà của tôi : 우리 집

_____ quyển sách   _____ cái bàn

_____   _____

2 Nghe và điền từ vào chỗ trống

다음 문장을 듣고 빈칸을 채우시오.

2.1. 🎧

Hùng : Xin chào. Tôi _____ Hùng.
안녕하십니까? 저는 홍입니다.

Hương : Chào anh. Em _____ Hương.
안녕하세요? 저는 흐엉입니다.

Anh Hùng _____ nhân viên công ty _____?
홍씨는 회사원입니까?

Hùng : Dạ phải. Tôi là _____.
네, 맞아요. 저는 회사원입니다.

Còn em? Em là _____ phải không?
흐엉씨는? 흐엉씨는 선생님이세요?

PHẦN II: HỘI THOẠI | 45

Hương : Dạ, _____. Em _____ y tá.
아니오. 저는 간호사입니다.

2.2. 🎧

Cô Nga : Chào các em. Xin giới thiệu: cô tên _____ Nga.
안녕하세요, 여러분. 소개하겠습니다.
저는 응아입니다.

Anh Kim : _____ cô. Em tên _____ Ji Won.
안녕하세요? 저는 지원입니다.

Cô Nga : Em _____ người Trung Quốc _____?
중국사람입니까?

Anh Kim : Dạ, không. Em là người _____.
아니오. 저는 한국사람입니다.

Cô Nga : _____ được gặp em.
만나서 반갑습니다.

③ Chọn và điền từ vào chỗ trống - 맞는 단어를 골라서 쓰시오.

3.1. Chọn từ thích hợp điền vào chỗ trống - 맞는 단어를 골라서 빈칸에 쓰시오.

| người Việt
베트남 사람 | không phải
아니다 | người
사람 | tên
이름 | kế toán
회계원 |

Chào các bạn. Tôi _____ là Hưng. Tôi là _____. Còn đây là Yun Mi. Cô ấy là _____ Hàn Quốc. Cô ấy _____ là học sinh. Cô ấy là _____

3.2. Hãy điền từ thích hợp vào chỗ trống - 빈칸에 맞는 단어를 쓰시오.

a)

▲ Ca sĩ/가수

A: **Đây là** anh Đàm Vĩnh Hưng.
B: Anh ấy **là** ca sĩ **phải không**?
A: Dạ phải. Anh ấy **là** ca sĩ.

b) A: _____ cô Mai
   B: Cô ấy _____ cô giáo _____?
   A: - Dạ phải. _____ là cô giáo.

c) A: _____ em Sơn.
   B: Em ấy _____ bác sĩ _____?
   A: - Dạ không phải. _____ là học sinh.

▲ cô giáo/선생; học sinh/학생

d)

▲ nội trợ/주부

A: _____ cô Hoa.
B: Cô ấy _____ cô giáo _____?
A: - Dạ không phải. _____ là _____.

đ)

▲ bác sĩ/의사

A: _____ cô Jen Ni.
B: Cô ấy _____ nội trợ _____?
A: - Dạ không phải. _____ là _____.

이런 표현도 있네!

Tôi đã nghe nói nhiều về anh. (당신에 대해서) 많이 들었습니다.
Họ tên đầy đủ của anh thế nào? 성과 이름이 어떻게 되세요?
Họ tên của anh đánh vần như thế nào? 당신 성함을 어떻게 읽나요(spell)?

BÀI 3 ››› TÔI HỌC TIẾNG VIỆT

I HỘI THOẠI

1. Cô Lan : Chào anh. Anh là sinh viên Hàn Quốc phải không?
　Anh Kim : Dạ phải. Tôi học tiếng Việt.
　Cô Lan : Còn đây là ai?
　Anh Kim : Xin giới thiệu: Đây là anh Hong Yeon Ho. Anh ấy không học tiếng Việt.

　Cô Lan : Còn kia là ai?
　Anh Kim : Kia là cô Kim.
　Cô Lan : Cô ấy có học tiếng Việt không?
　Anh Kim : Dạ có, cô ấy học tiếng Việt.

2. Cô Lan : Anh học gì?
　Anh Park : Tôi học tiếng Việt.
　Cô Lan : Tiếng Việt thế nào?
　Anh Park : Tiếng Việt rất thú vị.
　Cô Lan : Anh có học tiếng Nhật không?
　Anh Park : Dạ không. Tôi không học tiếng Nhật.

II TỪ VỰNG

- học　　　공부하다
- anh ấy　　그분(3인칭 남자)
- cô ấy　　그녀(3인칭 여자)
- gì　　　무엇 (의문사)
- rất　　　매우
- thú vị　　재미있다.
- tiếng Nhật　일본어

III GIẢI THÍCH NGỮ PHÁP

1 **Cấu trúc câu đơn giản của tiếng Việt là:**
베트남어의 단문 구조

> **Chủ ngữ** (주어) – **Động từ** (동사) – **Bổ ngữ** (목적어: 명사)

Ví dụ:

Chủ ngữ	*động từ*	*danh từ*
Tôi	học	tiếng việt
Anh Kim	xem	ti vi
Cô Lan	đọc	sách

2 "*GÌ*" **là từ dùng để hỏi danh từ làm tân ngữ.**
"Gì" 목적어를 물을 때 사용되는 의문사

Ví dụ:

a) Anh học **gì**?   - Tôi học ***tiếng Việt***.
b) Anh Kim xem **gì**?   - Anh Kim xem ***ti vi***.
c) Cô Lan đọc **gì**?   - Cô Lan đọc ***sách***.

3 **Câu hỏi "Chủ ngữ + CÓ + động từ + ….KHÔNG?"**
주어+ **Có** +동사 + ⋯ **Không**의 의문문

Ví dụ:

- Anh *có* học tiếng Việt *không*?
- Anh Kim *có* xem ti vi *không*?
- Cô Lan *có* đọc sách *không*?

Trả lời:

- **Dạ có** (Dạ vâng). (Tôi học tiếng Việt) (khẳng định)
- **Dạ không**. (Tôi **không** học tiếng Việt) (phủ định)

IV LUYỆN TẬP

1 Tra từ điển để biết nghĩa các từ sau (아래의 단어를 찾아 뜻을 쓰시오.)

(Động từ)
- uống :
- ăn :
- chơi :
- biết :
- nghe :
- viết :
- sử dụng:

(Danh từ)
- cơm :
- mẹ :
- ba (cha) :
- thư :
- cà phê :
- máy vi tính :
- bóng bàn :
- nhạc :
- tiếng Nga :

2 Sử dụng những từ trên để trả lời câu hỏi
(위의 단어들을 사용하여 다음 질문에 답하시오).

a) Anh Kim uống gì? _____

b) Mẹ viết gì? _____

c) Ba ăn gì? _____

d) Cô Lan sử dụng gì? _____

e) Anh Park chơi gì? _____

f) Chị Hà biết gì? _____

g) Cô Lee nghe gì? _____

3 Đặt câu hỏi cho những câu sau
의문문을 만드시오.

a) _____?
   - Dạ có (Dạ vâng), anh Kim biết tiếng Việt.

b) _____?
   - Dạ không, tôi không uống cà phê.

c) _____?
   - Dạ có (Dạ vâng), cô Lan học tiếng Anh.

d) _____?
   - Dạ phải, tôi là người Hàn Quốc.

e) _____?
   - Dạ không phải, đây là cô Kim.

f) _____ ?

- Dạ không, mẹ không viết thư.

4 **Đánh dấu (√) vào câu đúng và dấu (○) vào câu sai. Sửa lại câu sai**
맞는 문장에 (√) 표, 틀린 문장에 (○)를 표시하고, 틀린 문장을 알맞게 고치시오.

Ví dụ:

- Tôi đọc báo   (√)
- Tôi ăn thư   (○) → Tôi ăn cơm.

a) Tôi uống máy vi tính   (   ).
b) Ba đọc thư   (   ).
c) Thầy giáo xem cà phê   (   ).
d) Anh Park học tiếng Việt   (   ).
e) Tôi biết nhạc   (   ).
f) Cô Hà chơi sách   (   ).
g) Mẹ viết bóng bàn   (   ).

BÀI ĐỌC

Tôi mới đến Việt Nam. Tôi học tiếng Việt. Tôi sống ở ký túc xá. Tôi sống ở phòng số 2. Phòng của tôi rất đẹp. Trong phòng có một cái ti vi, một cái điện thoại bàn và một cái điều hòa. Tôi có một cái máy tính, một cái xe đạp. Bạn của tôi là anh Kim Doo Hyun. Anh ấy không có xe đạp.

Từ vựng :

sống:	살다
ở:	~에서
ký túc xá:	기숙사
phòng:	방
số 2 (hai):	2호
1 (một):	하나
của:	~의(소유격)
không có:	~없다
phòng của tôi:	나의 방
đẹp:	아름답다
có:	~있다
điện thoại bàn:	집전화
điều hòa:	에어컨
xe đạp:	자전거
bạn:	친구

심화학습 (작문청취)

1 **Luyện tập đặt câu** (작문을 하시오.)

1.1. Cấu trúc câu đơn giản của tiếng Việt 베트남어의 단문 구조

Chủ ngữ (주어)	+	Động từ (동사)	+	bổ ngữ (목적어)
Tôi		học (공부하다)		tiếng Việt (베트남어)
Bố (아버지)		xem (보다)		phim (영화)
Học sinh		đọc (읽다)		sách (책)
Thầy Hùng		dạy (가르치다)		tiếng Việt (베트남어)

- nghe : 듣다
- làm : 하다
- mua : 사다
- tìm : 찾다
- nhạc : 음악
- bạn : 친구
- rượu : 술
- sản phẩm : 제품
- cái kính : 안경

- viết : 쓰다
- uống : 마시다
- đi : 가다
- thành lập : 설립하다
- thư : 편지
- việc : 일
- bia : 맥주
- chợ : 시장
- công ty : 회사

- gặp : 만나다
- ăn : 먹다
- rút : 찾다; 뽑다
- nấu : 요리하다
- báo cáo : 보고서
- nước : 물
- áo : 옷
- tiền : 돈
- cơm : 밥

- *Hãy dùng các từ trên đây trả lời câu hỏi* - 위 단어들을 사용해서 질문을 답하십시오.

Anh nghe gì? _____
Thầy giáo viết gì? _____
Bố gặp ai? _____
Anh làm gì? _____
Các bạn uống gì? _____
Chị Lan ăn gì? _____
Mẹ mua gì? _____

- *Hãy nối vế câu thích hợp* - 맞는 것을 연결하시오.

Mẹ đi	rượu
Cô ấy rút	cơm
Anh Kim tìm	công ty
Anh ấy thành lập	cái kính
Vợ tôi nấu	tiền(돈) ở ngân hàng (은행)
Chúng tôi uống	chợ

1.2. "Gì": 무엇
목적어를 물어 볼 때 사용하는 의문사

Anh học gì?   - Tôi học tiếng Anh.

Anh mua gì?   - Tôi mua áo.

Anh làm gì?   - Tôi xem ti vi.

- **Hãy đặt câu hỏi** - 질문 작성하시오.

_____   - Dạ. Tôi viết thư.

_____   - Tôi ăn phở.

_____   - Tôi xem ti vi.

_____   - Tôi đọc báo.

_____   - Tôi uống cà phê.

_____   - Tôi gặp giám đốc.

1.3. _____ 주어 _____ có _____ 동사(+목적어) _____ không?:
_____ ㅂ니까?/습니까?

Em *có* yêu anh *không*?   당신은 나를 사랑해요?

Anh *có* uống rượu *không*?   당신은 술을 마십니까?

Anh *có* hiểu *không*?   당신은 이해했습니까?

- **Hãy điền động từ thích hợp vào chỗ trống** - 적합한 동사를 빈칸에 쓰시오.

Anh có _____ không?   Ông có _____ không?

Chị có _____ không?   Bà có _____ không?

2 Nghe và điền từ vào chỗ trống
다음 문장을 듣고 빈칸을 채우시오.

2.1. 🎧

Anh An   : Chào anh, anh _____ người Hàn Quốc _____?

Anh Kim : Dạ, phải. Tôi là _____.

Anh An   : Anh làm _____ ở Việt Nam?

Anh Kim : Tôi học _____.

Anh An   : Đây _____ ai?

Anh Kim : _____ là cô Ji Hye. Cô ấy _____ bạn tôi.

Anh An   : Cô ấy _____ học tiếng Việt _____?

Anh Kim : Dạ không.

           Cô ấy là _____ công ty Sam Sung.

2.2. 🎧

Chị Nga	: Anh ăn _____?
Anh Park	: Tôi _____ phở.
Chị Nga	: Phở Việt Nam _____?
Anh Park	: _____ Việt Nam rất ngon.
Chị Nga	: Anh _____ thích phở _____?
Anh Park	: Dạ. Tôi rất _____ phở Việt Nam.

2.3. 🎧

Chị Nga	: Chủ nhật này anh _____?
Anh Park	: Tôi ở _____.
Chị Nga	: Anh _____ đi xem phim _____?
Anh Park	: _____ phim? Phim _____?
Chị Nga	: Phim hài _____.
Anh Park	: Phim Việt Nam _____ hay _____?
Chị Nga	: Phim hay lắm.
Anh Park	: Tôi _____ phim Việt Nam.
Chị Nga	: Vậy, chủ nhật chúng ta _____ phim nhé.

3 Chọn từ điền từ vào chỗ trống

단어를 골라서 빈칸에 쓰시오.

3.1. *Chọn từ thích hợp điền vào chỗ trống* - 맞는 단어를 골라서 빈칸에 쓰시오.

> **chơi**(하다, 놀다), **ăn**(먹다), **thư**(편지), **xem**(보나), **uống**(마시다),
> **máy tính**(컴퓨터), **đi**(가다), **học**(공부하다), **gặp**(만나다), **đọc**(읽다)

1. Tôi _____ cơm.
2. Bạn tôi _____ cà phê.
3. Chị tôi viết _____.
4. Chúng tôi _____ bóng đá(축구).
5. Bố tôi _____ ti vi.
6. Em tôi _____ tiếng Việt.
7. Giám đốc đi _____ khách hàng(손님).
8. Thầy giáo _____ Việt Nam.
9. Tôi dùng _____.
10. Chúng tôi _____ sách.

3.2. *Hãy trả lời câu hỏi* - 질문을 대답하시오.

1. Anh Gong uống gì? _____
2. Anh Kim ăn gì? _____
3. Cô Thảo chơi gì? _____
4. Cô Phương nghe gì? _____
5. Các anh học gì? _____
6. Anh Park đọc gì? _____
7. Thầy giáo viết gì? _____
8. Nhân viên công ty làm gì? _____
9. Giám đốc làm gì? _____
10. Cô Hương mua gì? _____

3.3. *Giới thiệu bản thân* - 자기소개

1. 안녕하세요. _____
2. 저는 _____ 입니다. _____
3. 저는 삼성회사의 직원입니다. _____
4. 저는 베트남어를 공부합니다. _____
5. 내년 1월에 베트남에 갑니다. _____
6. 저는 베트남에서 일을 합니다. _____
7. 베트남삼성은 직원이 많이 있습니다. _____
8. 저는 베트남 직원을 관리합니다. _____

BÀI 4 »> SỐNG Ở ĐÂU?

I HỘI THOẠI

1. *Anh Kim*   : Xin lỗi, thầy là thầy Nam phải không ạ?
   Thầy Nam : Phải, em cần gì?
   Anh Kim   : Dạ, em muốn học tiếng Việt.
   Thầy Nam : Em sống ở đâu?
   Anh Kim   : Dạ, em sống ở ký túc xá. Phòng số 3.
   Thầy Nam : Phòng của em có máy lạnh không?
   Anh Kim   : Dạ có, phòng của em có một máy lạnh.
   Thầy Nam : Em có xe đạp không?
   Anh Kim   : Dạ có. Em có một xe đạp.

2. *Anh Kim* : Cô Hà ơi, đây là cái gì?
   Cô Hà   : Đây là điện thoại.
   Anh Kim   : Cô có điện thoại không?
   Cô Hà   : Dạ có, tôi có một cái điện thoại.
   Anh Kim   : Kia là cái gì?
   Cô Hà   : Kia là xe máy.
   Anh Kim   : Cô có xe máy không?
   Cô Hà   : Dạ có, xe máy của tôi rất tốt.
   Anh Kim   : Kia là ai?
   Cô Hà   : Kia là cô Lan, bạn của tôi. Cô ấy không có xe máy.

II TỪ VỰNG

- ở đâu — 어디에서
- cần — 필요하다
- ơi: từ dùng để gọi — 사람을 부를 때 쓰는 단어
- xe máy — 오토바이
- tốt — 좋다

III GIẢI THÍCH NGỮ PHÁP

1 "…ở đâu?": là từ dùng trong câu hỏi về địa điểm mà hành động diễn ra
장소에 대해 물을 때 사용되는 의문사

Ví dụ:

- HỎI : Anh sống *ở đâu*?
- ĐÁP : Tôi sống ở *ký túc xá*.
- HỎI : Anh học *ở đâu*?
- ĐÁP : Tôi học ở *Việt Nam*.

※ Từ "*ở đâu*" luôn luôn đứng cuối câu hỏi 의문문 끝에 위치한다.

Ví dụ:

- HỎI : Anh học tiếng Việt *ở đâu*?
- ĐÁP : Tôi học tiếng Việt ở *Việt Nam*.
- HỎI : Anh ăn cơm *ở đâu*?
- ĐÁP : Tôi ăn cơm ở *quán ăn*.

2 Câu hỏi "Chủ ngữ + CÓ + danh từ + KHÔNG?" dùng để xác định sở hữu
(의문문 "주어 + CÓ + 명사 + KHÔNG?"은 소유를 묻는 의문문)

Ví dụ:

HỎI :	ĐÁP :
a) Cô Hà *có* xe đạp *không*?	- Dạ *có*, cô Hà *có* xe đạp (khẳng định).
	- Dạ *không*, cô Hà *không có* xe đạp (phủ định).
b) Anh *có* xe máy *không*?	- Dạ *có*, tôi có một xe máy (khẳng định).
	- Dạ *không*, tôi *không có* xe máy (phủ định).

3 Từ "của" chỉ quan hệ sở hữu
("*của*" 소유 (…의))

- Sách *của* anh Kim
- Máy vi tính *của* anh Park
- Xe máy *của* cô Hà
- Phòng *của* tôi
- Ti vi *của* tôi
- Điện thoại *của* anh Park

4 Các đại từ nhân xưng (인칭대명사)

	Ngôi thứ nhất 일인칭	**Ngôi thứ hai** 이인칭	**Ngôi thứ ba** 삼인칭
Số ít 단수	tôi, em, anh….	ông, bà, anh, chị…	ông ấy, bà ấy, anh ấy…
Số nhiều 복수	chúng tôi (청자를 포함하지 않는다.) chúng ta (청자를 포함한다.)	các ông, các bà, các anh, các bạn, các em	các ông ấy, các bà ấy, họ, chúng nó, bọn chúng

※ "Chúng tôi" không bao gồm người nghe, "chúng ta" bao gồm người nghe.
  "Chúng tôi_ (우리)" 듣는 이를 포함하지 않는다. "chúng ta (우리)" 듣는 이를 포함한다.
- 베트남 인칭대명사는 보통 가족관계로 규정해서 부른다.
  이러한 인칭대명사로 상대방을 부르면 친절한 느낌을 받을 수 있다.

IV LUYỆN TẬP

1 Luyện tập đọc các số sau (숫자 읽기 연습)

1 = **một**	11 = (mười + một) ⇨ **mười một**
2 = hai	12 = mười hai
3 = ba	13 = mười ba
4 = bốn	14 = mười bốn
5 = **năm**	15 = mười **lăm**
6 = sáu	16 = mười sáu
7 = bảy	17 = mười bảy
8 = tám	18 = mười tám
9 = chín	19 = mười chín
10 = **mười**	20 = (hai + **mươi**) ⇨ **hai mươi**

2 Sử dụng đúng các đại từ nhân xưng (인칭대명사를 넣으시오)

Ví dụ: - Cô Hà là sinh viên. **Cô ấy** sống ở thành phố Hồ Chí Minh.

a) Anh Nam là người Hàn Quốc. _____ mới đến Việt Nam.

b) Chị Lan là phóng viên. _____ có một xe máy.

c) Ông Nam là giáo viên. _____ đọc sách.

d) Đây là em Lam. _____ rất đẹp.

e) Tôi và anh Nam sống ở thành phố Hồ Chí Minh _____ là sinh viên.

f) Cô Lan, cô Hà và anh Nam là bạn của tôi. _____ rất tốt.

3 Tra từ điển để biết nghĩa của những từ sau (다음 단어들을 사전에서 찾으시오)

　　　　　　　(*động từ*)　　　　　　　　(*danh từ*)

mua :　　　　　　　　hiệu sách :　　　　　　　siêu thị :
làm việc :　　　　　　rạp chiếu phim :　　　　　thức ăn :
dạy :　　　　　　　　chợ :　　　　　　　　　công ty :
　　　　　　　　　　　nhà hàng :

4 Trả lời câu hỏi "… đâu?" (물음에 답하시오)

Ví dụ: - Chị học tiếng Việt *ở đâu*? -Tôi học tiếng Việt *ở Việt Nam*.

a) Anh sống ở đâu?　　　　　　　　　- _____
b) Chị Lam mua sách ở đâu?　　　　　- _____
c) Anh Park mua thức ăn ở đâu?　　　- _____
d) Cô ăn cơm ở đâu?　　　　　　　　- _____
e) Anh Kim xem phim ở đâu?　　　　 - _____
f) Thầy Nam dạy tiếng Việt ở đâu?　　- _____
g) Cô ấy làm việc ở đâu?　　　　　　 - _____

5 Trả lời câu hỏi (물음에 답하시오)

Ví dụ: - Đây là sách của *ai*?　　　　- Đây là sách của *anh Kim*.

a) Đây là tờ báo của ai?　　　- _____
b) Kia là ti vi của ai?　　　　- _____
c) Xe đạp của ai?　　　　　　- _____
d) Máy vi tính của ai?　　　　- _____
e) Anh Nam là bạn của ai?　　- _____
f) Thức ăn của ai?　　　　　 - _____

6 Đọc bài đọc và thực tập đặt câu hỏi (bài đọc을 읽고 의문문을 만드시오)

BÀI ĐỌC

Cô Kim là nhân viên. Năm nay, cô Kim 23 tuổi. Cô Kim làm việc ở công ty. Cô ấy là bạn của anh Bình.

Cô Kim mới học tiếng Việt. Thầy giáo của cô Kim là thầy Nam. Thầy Nam dạy tiếng Việt ở trường đại học.

Cô Kim sống ở nhà trọ. Nhà trọ rất sạch. Cô Kim không có xe máy. Cô ấy chỉ có một cái xe đạp. Cô Kim có một cái máy vi tính. Máy vi tính của cô ấy rất tốt.

Từ vựng:

nhân viên: 직원
năm nay: 올해, 금년
mới: 막
dạy: 가르치다
sống: 살다
nhà trọ: 하숙집, 자취집
sạch: 깨끗하다
chỉ: ~만
tốt: 좋다

심화학습 (작문청취)

1 Luyện tập đặt câu (작문을 하시오)

1.1. "**....ở đâu?**": 어디; 어디에서? 장소에 대해 물을 때 사용되는 의문사

- Anh sống ở đâu?   Tôi sống ở Ký túc xá.
- Anh sống ở đâu?   Tôi sống ở Hà Nội.
- Anh làm việc ở đâu?   Tôi làm việc ở công ty Sam Sung.
- Anh học tiếng Việt ở đâu? Tôi học ở Đại học Ngoại ngữ Hàn Quốc.
- Anh uống cà phê ở đâu?   Tôi uống ở quán "Hà Nội Xưa".
- Anh ăn cơm ở đâu?   Tôi ăn ở căn-tin của trường.
- Anh ở đâu?   Tôi ở đây này.

- 옷을 어디에서 샀어요?   _____
- 책은 어디에서 읽어요?   _____
- 어디에서 영어를 공부해요? _____
- 어디에서 만나요?   _____
- 어디에서 자요?   _____

1.2. _____ 주어 _____ có _____ 명사 _____ không?:
소유를 묻는 의문문

_____ 주어 _____ có _____ 동사/형용사 _____ không?:
상태와 행동에 대해서 묻는 의문문

- tiền   : 돈   • điện thoại   : 전화   • sách   : 책
- từ điển   : 사전   • láp tốp (laptop) : 노트북   • nhà riêng   : 주택
- số liệu thống kê : 통계수치   • công ty riêng : 개인회사   • ô tô   : 차

- Anh có từ điển không?   - Dạ có, tôi có từ điển. 긍정
                                  - Dạ, không, tôi không có. 부정

- Anh có ô tô không?   _____

1.3. "**của**": 의: 소유

VD: sách của tôi   nhà của tôi
    vợ của tôi   máy tính của bạn tôi
    ô tô của giám đốc   học sinh của cô Jeon
    phòng của tôi   các con của tôi

    Sách này của ai?   - Sách đó của tôi.
    Nhà này của ai?   - Nhà này của giám đốc công ty tôi.

Xe hơi kia của ai vậy? - Xe đó của bạn tôi.
Anh mượn bút này của ai? - Tôi mượn của bạn tôi.

1.4. 인칭대명사

윗사람/아랫사람	ông, bà (bác, bá, cô, chú, cậu, mợ)/cháu, con
형, 누나/동생	anh, chị/em
친구/친구	bạn/mình, tớ
동생/형, 누나	em/anh, chị
너/나	mày/tao
선생님/학생	thầy, cô/em
상사/직원	giám đốc, trưởng phòng/em

1.5. Số từ: 수사

1 = một	11 = mười một
2 = hai	12 = mười hai
3 = ba	13 = mười ba
4 = bốn	14 = mười bốn
5 = năm	**15 = mười lăm**
6 = sáu	16 = mười sáu
7 = bảy	17 = mười bảy
8 = tám	18 = mười tám
9 = chín	19 = mười chín
10 = mười	**20 = hai mươi**

100 = một trăm — 백
1000 = một nghìn — 천
10 000 = mười nghìn — 만
1 000 000 = một triệu — 백만
10 000 000 = mười triệu — 천만
100 000 000 = một trăm triệu — 억
1 000 000 000 = một tỷ — 십억

21 hai mươi mốt (hai mốt)   27 _____
32 _____   38 _____
49 _____   44 _____
56 _____   50 _____
66 _____   64 _____
78 _____   85 _____

101 _____ 250 _____
1020 _____ 2089 _____

• 유의:

0 : không	1 : một	5 : năm
10 : mười	11 : mười một	15 : mười **lăm**
20 : hai **mươi**	21 : hai **mươi mốt** / hai **mốt**	25 : hai **mươi lăm** / hai **lăm**
150 : một trăm năm mươi / một trăm rưỡi / một trăm rưởi		
2500 : hai ngàn năm trăm / hai ngàn rưỡi / hai ngàn rưởi		

• **0** 읽는 법

방 번호	305	ba **lẻ** năm / ba **linh** năm
집번호	205	hai trăm lẻ năm / hai lẻ năm hai trăm linh năm / hai linh năm
전화번호	0982 261 281	không-chín-tám-hai-hai-sáu-một-hai-tám-một
수량	1003	một **ngàn** / **nghìn** không trăm **linh** / **lẻ** ba

• 20   hai mươi   21 _____
  15 _____   11 _____
  407 _____   400 _____
  1075 _____   810 _____
  203 _____   570 _____
  405 _____   920 _____
  1020 _____   7091 _____
  4300 _____   10100 _____

2 Nghe và điền từ vào chỗ trống (듣고 빈칸을 채우시오)

2.1. 🎧

Chị Hà   : Chào _____ Kim.
Anh Kim : Chào _____ Hà. Dạo này chị _____?
Chị Hà   : Dạ _____, em _____.
             Dạo này anh Kim sống _____?
Anh Kim : _____ tôi sống ở Việt Nam.
Chị Hà   : Ở Việt Nam anh _____?

Anh Kim	:	Tôi _____ ở nhà công ty thuê cho.
Chị Hà	:	Nhà _____ thoải mái _____ anh?
Anh Kim	:	Nhà _____ lắm.

2.2. 🎧

Nam	:	Chào anh Kim.
Anh Kim	:	Chào em. Dạo này em _____?
Nam	:	Dạ, em đang học _____.
Anh Kim	:	Em học tiếng Hàn _____?
Nam	:	Dạ, em học _____ Đại học Hà Nội.
Anh Kim	:	Tiếng Hàn _____?
Nam	:	Tiếng Hàn rất _____.

2.3. 🎧

Anh Park	:	Anh Kim dạo này làm _____?
Anh Kim	:	Tôi đang _____ tiếng Việt.
Anh Park	:	Anh học _____?
Anh Kim	:	Tôi học _____ trường Ngoại ngữ Hàn Quốc.
Anh Park	:	Lớp anh _____ đông người học _____?
Anh Kim	:	Lớp tôi có _____ người.

Dùng từ cho sẵn để viết câu

2.4. 🎧

Anh Park : Anh Kim có _____ không?
Anh Kim : Dạ không, tôi không có.
Anh Park : Thế anh và gia đình _____ ở đâu?
Anh Kim : Gia đình tôi sống _____ chung cư.
Anh Park : Anh chị có _____ riêng không?
Anh Kim : Dạ có, _____ có ô tô.
Anh Park : Nhà anh có _____ ô tô?
Anh Kim : Nhà tôi có _____ ô tô. Một cái _____ tôi, một cái _____ vợ tôi.

▲ nhà chung cư

2.5. 🎧

Nam   : Chị Thảo đang làm việc _____?
Thảo : Dạ em _____ công ty Sam sung.
Nam   : Công ty đó _____ nhỉ?
Thảo : Dạ, công ty _____ ở Bắc Ninh.
Nam   : Công ty của chị có đông _____ không?
Thảo : Dạ công ty của em đông nhân viên lắm. Chắc khoảng hơn _____ công nhân ạ
Nam   : Ồ! Thế thì đông quá.

3 Dùng từ cho sẵn để viết câu - 단어를 사용하여 문장을 완성하시오.

3.1. Chọn từ thích hợp điền vào chỗ trống - 맞는 단어를 골라서 빈칸에 쓰시오.

ông ấy, anh ấy, các nhân viên, cô ấy, chúng tôi, họ

1. Anh Bình là nhân viên công ty Sam Sung. _____ làm việc ở Bắc Ninh.
2. Anh Choe là sinh viên. _____ đang học ở Đại học Ngoại Ngữ Hàn Quốc.
3. Ông Kim là giám đốc. _____ kinh doanh ở Việt Nam.
4. Đây là bạn tôi. _____ là trưởng phòng kinh doanh.
5. Anh Kim và anh Park cùng học tiếng Việt. _____ học rất chăm chỉ.
6. Cô Thảo là người Việt Nam. _____ biết tiếng Hàn.
7. Bố mẹ tôi là giáo viên. _____ sống ở Hàn Quốc.
8. Chúng tôi làm ở cùng một công ty. _____ là đồng nghiệp.

9. Anh Nam rất bận. Tôi đã mời rồi nhưng _____ không đến.

10. _____ công ty Sam Sung học tiếng Việt rất chăm chỉ.

3.2. *Hãy nói bằng tiếng Việt các câu sau đây* - 아래 문장을 베트남어로 말하시오.

a) 돈이 있어요? _____

b) 베트남어 책이 있어요? _____

c) 베트남에 집이 있어요? _____

d) 차가 있어요? _____

đ) 베트남 친구가 있어요? _____

e) 이것이 누구의 것입니까? _____

ê) 사장님의 차입니다. _____

g) 누구 것인지 몰라요. _____

h) 이것은 제 친구의 책입니다. _____

i) 여기는 우리집입니다. _____

3.3. *Hãy dùng từ cho sẵn để trả lời câu hỏi* - 괄호에 있는 단어를 사용하여 질문에 대답하시오.

1. Ở Việt Nam, anh sống ở đâu? (Hà Nội) _____

2. Anh làm việc ở đâu? (Bắc Ninh) _____

3. Anh uống cà phê ở đâu? (quán Hà Nội đêm) _____

4. Anh gặp bạn ở đâu? (trường) _____

5. Công ty anh ở đâu? (Việt Nam) _____

6. Sản phẩm của công ty Sam sung sản xuất bán ở đâu? (Việt Nam và Hàn Quốc) _____

7. Anh đi đâu đấy? (gặp bạn) _____

8. Nhà hàng Hàn Quốc ở đâu? (Trung Hòa) _____

9. Anh mua áo này ở đâu? (siêu thị) _____

10. Cô Lan xem phim ở đâu? (nhà cô ấy) _____

4 Luyện tập nói - 다음 문장을 응용하여 자신의 상황을 말해 보시오.

Xin chào. Tôi tên là Kim Hun.
Năm nay tôi 46 tuổi.
Tôi là nhân viên công ty Sam Sung.
Tôi là trưởng phòng kinh doanh.
Sở thích của tôi là chơi bóng chày và xem ti vi.
Khi rảnh (khi có thời gian rỗi) tôi thường
chơi bóng chày.
Một tuần tôi thường chơi bóng chày một lần.
Buổi tối, tôi thường xem ti vi.
Tôi thích xem thời sự và phim hài.

Tên	: 이름
Năm nay	: 올해
Tuổi	: 살, 나이
Nhân viên	: 직원
Công ty	: 회사
Trưởng phòng	: 실장
Kinh doanh	: 경영
Sở thích	: 취미
Chơi	: 하다, 치다, 놀다
Bóng chày	: 야구
Xem	: 보다
Ti vi	: 텔레비전
Khi rảnh	: 시간이 있을 때
Thường	: 보통, 자주
Một tuần	: 일주일
Lần	: 번
Buổi tối	: 저녁
Thích	: 좋아하다
Thời sự	: 뉴스
Phim hài	: 코미디 영화

BÀI 5 >>> ĐI MUA SẮM

I HỘI THOẠI

Cô Kim mới đến thành phố Hồ Chí Minh. Hôm nay, cô Lan đưa cô Kim đi mua sắm.
미스 김은 호치민시에 막 도착했다. 오늘 Lan씨는 Kim씨를 데리고 쇼핑을 하러 간다.

1 *Tại hiệu sách* (서점에서)

Cô Kim   : Tôi muốn mua một quyển từ điển.
Cô Lan   : Từ điển gì?
Cô Kim   : Từ điển Anh - Việt.
Cô Lan   : (hỏi người bán) Ở đây có từ điển Anh - Việt không?
Người bán   : Dạ có, ở đằng kia.
Cô Lan   : Cám ơn. Hiệu sách này lớn quá!

2 *Tại siêu thị* (슈퍼마켓에서)

Cô Kim   : Cái này là cái gì?
Cô Lan   : Cái này là cái túi xách. Cái túi xách này rẻ quá!
Cô Kim   : Tôi muốn mua một cái. Còn đây là cái gì?
Cô Lan   : Đây là dầu gội đầu, xà phòng. Ở đằng kia là đồng hồ, nón, giầy, gương, lược.
Cô Kim   : Tôi muốn mua một chai dầu gội đầu, một cái nón, một đôi giầy. À, một cục xà phòng nữa.
Cô Lan   : Đôi giầy này mắc quá!

3 *Tại chợ Bến Thành* (벤타인 시장에서)

Cô Kim   : Con này là con gì?
Cô Lan   : Tiếng Việt gọi là *"con gà"*. Con gà này nhỏ quá. Con gà kia to.
Cô Kim   : Tiếng Việt gọi con này là con gì?
Cô Lan   : Tiếng Việt gọi là *"con vịt"*
Cô Kim   : Còn con này?
Cô Lan   : Con này là *"con cá"*.
Cô Kim   : Tôi muốn mua cá.

II TỪ VỰNG

• mua sắm	쇼핑하다	• mắc (đắt)	비싸다
• quyển	(책 한)권	• nhỏ	작다
• từ điển	사전	• rẻ	싸다
• hỏi	묻다	• nón (= mũ)	모자
• người bán	파는 사람	• đôi	켤레 (종별사)
• này	이(것)	• giầy	구두
• to	크다	• gương	거울
• quá	너무	• lược	빗
• cái	개 (종별사) (무생물)	• cục (= bánh)	비누(한) 개 (종별사)
• chai	(한)병 (종별사)	• gọi (là)	부르다
• dầu gội đầu	샴푸	• con gà	닭
• con vịt	오리	• xà phòng	비누
• con cá	물고기	• túi xách	가방

III GIẢI THÍCH NGỮ PHÁP

1 Loại từ (종별사)

a) Trong tiếng Việt, có một số loại từ đứng trước danh từ:

- **Cái**: thường đứng trước những danh từ chỉ đồ vật. (사물을 가리키는 명사 앞에 쓰인다)

  - 1 cái bàn - 5 cái ghế 4 cái ti vi - đây là cái nhà…

- **Con**: thường đứng trước những danh từ chỉ động vật. (동물을 가리키는 명사 앞에 쓰인다)

  -1 con gà -2 con chó 2 con vịt - đây là con cá…

- **Quyển (cuốn)**: thường đứng trước những danh từ chỉ sách, lịch. (책자류를 가리키는 명사 앞에 쓰인다)

  - 1 quyển từ điển 5 quyển lịch 6 quyển tiểu thuyết
  - đây là quyển nhật ký…

b) Cách sử dụng loại từ: (종별사 사용법)

- *Khi có số từ* - 숫자와 함께 쓰일 때.

  Ví dụ: - Tôi mua 2 quyển từ điển.

  -Tôi có 1 cái ghế.

- *Khi dùng với: đây là… / kia là… / đó là…* – 이것은… / 저것은… / 그 것은…과 함께 쓰일 때.

  Ví dụ: - Đây là cái ti vi.

  - Kia là quyển từ điển Anh - Việt.

- *Đi với từ để hỏi mấy? bao nhiêu?* 몇, 얼마 의문사와 함께 쓰일때.

  Ví dụ: - Anh có mấy quyển sách?

- Khi có từ chỉ định "này" và "kia", "đó" ("này, kia," đó"와 함께 쓰일 때)

Ví dụ: Quyển sách này, cái bàn kia........... (이 책, 저 책상…)

2 Những danh từ chỉ đơn vị (단위를 나타내는 명사)

a) Trong tiếng Việt, có một số danh từ chỉ đơn vị đứng trước danh từ. (베트남어에서는 명사 앞에 위치해 그 단위를 나타내는 명사가 있다.)

Ví dụ:

- ***Chai*** (병):

 - 2 chai bia   - 4 chai dầu gội đầu

 - 1 chai nước suối   - đây là chai sữa

- ***Cục*** (개(덩어리)):

 - 2 cục xà phòng (2 bánh xà phòng)…

 - 5 cục kẹo (5 viên kẹo)…

- ***Đôi*** (켤레):

 - 1 đôi giầy, 2 đôi vớ, 2 đôi bít tất…

b) **Cách sử dụng**: như các loại từ. 종별사처럼 사용한다.)

Ví dụ:

- Tôi mua **2** chai bia.

- Cho tôi **1** chai nước suối.

- Đây **là** đôi giầy của tôi.

- **Đôi** giầy này rất đẹp.

c) **Các đại từ chỉ định** (지징사):

Các từ "**Này**" và "**kia**"/ (**đó**) dùng để chỉ định cho danh từ.

Ví dụ: -Túi xách này, con gà này, đôi giầy kia…

IV LUYỆN TẬP

1 Cách nói số (숫자 읽기)

1 = ***một***	11 = *mười **một***	21 = *hai mươi **mốt***
2 = hai	12 = mười hai	22 = hai mươi hai
5 = ***năm***	15 = *mười **lăm***	25 = hai mươi lăm
10 = ***mười***	20 = *hai **mươi***	30 = *ba **mươi***
	60 = sáu mươi	70 = bảy mươi
31 = ba mươi **mốt**	_____	
32 = ba mươi hai	_____	
35 = ba mươi lăm	_____	

40 = bốn mươi   50 = năm mươi
80 = tám mươi   90 = chín mươi

2 Thêm từ vào chỗ trống: (빈칸에 단어를 넣으시오)

a) Tôi có 20 _____ sách.
b) Đây không phải là _____ từ điển.
c) Anh có 2 _____ giầy phải không?
d) _____ nón của cô Lee đẹp quá!
e) Cho tôi 4 _____ bia.
f) Kia là _____ gương phải không?
g) Dạ không phải, kia là _____ lược.
h) _____ chó này đẹp quá!
i) _____ máy vi tính này rất cũ.
j) Tôi muốn mua 2 _____ gà.

3 Tra từ điển để biết nghĩa của các từ sau: (다음 단어를 사전에서 찾으시오)

- quạt máy   - con bò   - xấu   - áo
- con heo (= lợn) - béo (= mập)   - quần   - con chim
- gầy (= ốm)   - cặp sách   - con mèo   - mới

4 Đặt câu hỏi, sau đó trả lời. Sử dụng những từ: (다음 단어를 사용하여 묻고 답하시오)

xấu, béo, gầy, mới, cũ, to, nhỏ, rẻ, mắc, đẹp, tốt

Ví dụ: **Quyển sách** này thế nào?
- Quyển sách này **mới**.

HỎI	ĐÁP
a) _____ áo này thế nào?	a) _____
b) _____ quạt máy kia thế nào?	a) _____
c) _____ gà này thế nào?	a) _____
d) _____ giầy này thế nào?	a) _____
e) _____ dầu gội đầu kia thế nào?	a) _____
f) _____ từ điển này thế nào?	a) _____
g) _____ xà phòng này thế nào?	a) _____
h) _____ nón kia thế nào?	a) _____
i) _____ cặp sách này thế nào?	a) _____
j) _____ quần kia thế nào?	a) _____

BÀI ĐỌC

Chợ Bến Thành

Chợ Bến Thành nằm ở quận 1, thành phố Hồ Chí Minh. Ở đây có nhiều hàng hoá. Người nước ngoài thường đi chợ Bến Thành. Họ thường mua áo, quần, giầy, túi xách, nón. Họ cũng mua thức ăn như: cá, gà, vịt.

Hôm nay, cô Lan đưa cô Lee đi chợ Bến Thành. Cô Lee muốn mua một con gà. Gà ở chợ Bến Thành rất rẻ. Cô Lee thích thịt gà.

Từ vựng:

- nằm: 위치하다
- quận: 군(행정구역)
- ở đây: 여기에서
- nhiều: 많다
- hàng hoá: 상품
- như: ~와 같은
- thích: 좋아하다
- thịt gà: 닭고기
- người nước ngoài: 외국인

* **Đặt câu hỏi:**

a) _____?
→ Chợ Bến Thành nằm ở quận 1, thành phố Hồ Chí Minh.

b) _____?
→ Ở đây có nhiều hàng hoá.

c) _____?
→ Người nước ngoài thường mua áo, quần, giày, túi xách, nón.

d) _____?
→ Họ cũng mua thức ăn như: cá, gà, vịt.

e) _____?
→ Cô Lee muốn mua một con gà.

f) _____?
→ À! Con gà này rất rẻ.

심화학습 (작문청취)

1 Luyện tập đặt câu (작문을 하시오.)

1.1. Danh từ chỉ đơn vị (종별사)

a. 명사 앞에 나타난 종별사

- cái (개)   : cái bàn (책상), cái ô tô (차), cái ghế (의자), cái tủ (옷장), cái đài (라디오), cái ti vi (텔레비전), cái điện thoại (전화), cái nhà (집)…
- con (마리) : con gà (닭), con cá (물고기), con bò (소), con chó (개)…
- quyển (권) : quyển sách (책), quyển vở (공책), quyển từ điển (사전), quyển tiểu thuyết (소설)

_____ tủ	_____ sách	_____ ti vi
_____ từ điển	_____ gà	_____ điện thoại
_____ nhà	_____ vở	_____ truyện
_____ ô tô	_____ bò	_____ cá

b. 종별사의 사용법

- 숫자와 함께 쓰일 때

    Tôi mua 2 **quyển** từ điển.

    Nhà tôi có 1 **cái** ô tô.

    Bao nhiêu tiền 1 **cái** điện thoại?

    Trong phòng có 8 **cái** bàn.

- 이것은… / 저것은… / 그 것은…과 함께 쓰일 때

Đây **là** *cái* ti vi.
Kia **là** *cái* điện thoại của bạn tôi.
Nó **là** *con* gà trống.
Đó **là** *cái* bàn học.

- 지정사 "này", "kia", "đó"와 함께 사용한다.
    Quyển sách này hay lắm.   이 책이 아주 재미 있어요
    Cái bàn kia có người ngồi rồi.   저 책상에 앉아 있는 사람이 있어요.
    Cái ô tô đó rất đắt.   그 차는 아주 비싸요.
    Con bò đó là bò Hàn Quốc.   그 소는 한국소(한우)예요.

1.2. 단위를 나타내는 명사

a. 베트남어에서는 명사 앞에 위치해 그 단위를 나타내는 명사가 있다.
- chai (병) : chai bia (맥주병), chai rượu (술병), chai nước (물병),
    chai dầu gội đầu (샴푸 병), chai sữa (우유병)
- đôi (켤레): đôi tất (양말), đôi giày (구두), đôi dép (신발)…
- trang (장): trang giấy (종이), trang sách (책 한 장), trang báo (신문 한 장),
    trang bìa (책 표지)…
- Tấn(톤), tạ (100kg), yến (10kg), kg (킬로그램), gam (그램), km (킬로미터)…
- nắm (한 줌), thúng (큰 바구니), đàn (무리)…

b. 단위명사사용법
- 종별사처럼 사용한다.
    Nó mua 2 *chai* bia.   그가 맥주 2병 샀어요.
    Đôi giày này đẹp quá.   이 구두는 아주 예뻐요.
    Tôi đọc được 50 *trang* sách rồi.   저는 책 50장을 읽었어요.
    Tôi có 5 *đôi* tất.   나는 양말이 5켤레 있어요.

c. 지정사 "này", "kia", "đó"는 명사를 지정해 준다.
cái cặp sách *này* (이 책가방), ngôi nhà đó (그 집), cái giày kia (저 구두) …
- Cái cặp sách *này* của ai?   이 책가방은 누구 것입니까?
- Ngôi nhà *đó* xây khi nào?   그 집은 언제 건설했습니까?
- Cái giày *kia* bỏ đi à?   저 구두는 버릴겁니까?
- Chai dầu gội đầu *này* còn dùng được không?   이 샴푸(병)는 사용할 수 있어요?

cái: máy điều hòa : 에어컨   quạt máy : 선풍기   ti vi   : 텔레비전
         thùng rác   : 쓰레기통   đồng hồ : 시계   mũ bảo hiểm   : 헬멧
         găng tay   : 장갑   biệt thự : 빌라   khách sạn   : 호텔

quả:	cam	: 오렌지	sầu riêng	: 두리안	măng cụt	: 망고스틴
	quýt	: 귤	nhãn	: 용안	dừa	: 코코넛
	chuối	: 바나나	hồng	: 감	xoài	: 망고
quyển:	sách	: 책	tạp chí	: 잡지	vở	: 공책

Hãy điền từ đúng với các hình dưới đây – 그림과 맞는 위에 단어를 찾아 쓰시오.

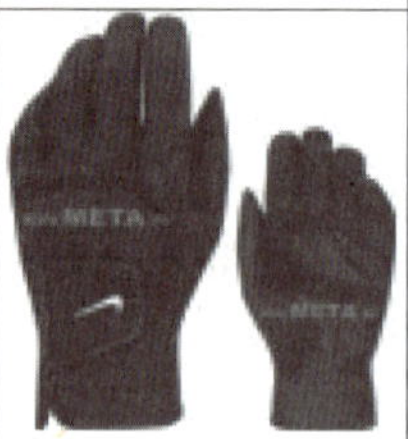

2 Nghe và điền từ vào chỗ trống

2.1.

Cô Hà : Tôi muốn xem _____ một chút.

Chủ quán : Chị _____ xem áo gì?

Cô Hà : Dạ, áo sơ mi. Tôi muốn mua 2 _____ áo sơ mi.

Chủ quán : Vậy mời chị đi đường _____.
Ở đây có nhiều _____ lắm. Mời chị xem.

2.2. 🎧

Nhân viên : Xin lỗi, anh cần _____ ạ?
Anh Kim : Tôi muốn mua _____ Việt-Hàn.
Từ điển _____ chỗ nào em nhỉ?
Nhân viên : Mời anh đi lối _____.
Ở đây có _____ từ điển Việt-Hàn.
Mời anh xem.
Anh Kim : _____ này bao nhiêu tiền?
Nhân viên : Quyển này _____ đồng ạ.
Anh Kim : Em cho anh _____ này.

2.3. 🎧

Cô Yoo : Chị ơi, đây là _____ gì?
Người bán : Đây là quả _____.
Cô Yoo : Sầu riêng này chị nhập _____?
Người bán : Sầu riêng _____ tôi nhập _____ miền Tây.
Giờ đang _____ mùa sầu riêng, ngon lắm chị.
Cô Yoo : _____ này bao nhiêu tiền hả chị?
Người bán : Tôi _____ theo kg chị ạ. _____ đồng một kg.
Cô Yoo : Ồ! _____ quá.
Người bán : Vâng, nhưng _____ lắm. Chị mua ăn thử đi.
Cô Yoo : Chị cho tôi _____ này.

2.4. 🎧

Người bán : Anh muốn mua _____ à?
Anh Park : Tôi muốn mua _____ dầu gội đầu.
Người bán : Anh _____ mua loại nào?
Anh Park : Ở Việt Nam loại dầu gội nào _____ hả chị?
Người bán : Ở đây em có nhiều _____ lắm anh.
CLEAR, XMEN, Dove, Head & Shoulders.

Anh Park : Cho tôi _____ CLEAR.
Người bán : Anh có _____ dầu xả (린스)không ạ?
Anh Park : Có. Chị cho tôi một chai _____ CLEAR nữa.
Người bán : Anh _____ cần sữa tắm (바디크림) _____ ?
Anh Park : Không. Ở nhà tôi còn _____.
Tất cả _____ tiền chị?
Người bán : Dạ, của anh hết _____ đồng ạ.
Anh park : Cám ơn chị.

2.5. 🎧

Anh Gong : Tôi _____ đi siêu thị.
Gần đây _____ siêu thị nào _____ anh Trung?
Anh Trung : Dạ, gần đây có _____ Big C.
Anh Gong : Siêu thị Big C _____ ?
Anh Trung : Dạ, siêu thị Big C _____ Trần Duy Hưng.
Gần khu Trung Hòa đó anh.
Anh Gong : Từ đây đến đó có _____ không?
Anh Trung : Dạ, _____ xa đâu anh.
Khoảng _____ phút taxi thôi.
Anh Gong : _____ có nhiều đồ không?
Anh Trung : Dạ, ở đó _____ đủ cả.
Có nhiều hàng _____ nữa đó anh.

3 Dùng từ cho sẵn để viết câu - 단어를 사용하여 문장을 완성하시오.

3.1. *Chọn từ thích hợp điền vào chỗ trống* - 단어를 골라 빈칸에 쓰시오.

> đi, chúng tôi, cái , đôi , túi xách, phở , dầu gội đầu,
> chai , măng cụt, ăn, siêu thị, 1 triệu 650 nghìn

Hôm qua tôi và anh Kim _____ siêu thị Big C. Tôi mua được 2 _____ áo sơ mi nam và một _____ giầy. Anh Kim mua một cái _____, một chai _____, một _____ dầu xả. Anh ấy và tôi còn _____ cơm trưa ở đó. Trong _____ Big C cũng có khu hàng ăn. _____ vào đó để ăn trưa. Anh

Kim ăn _____ còn tôi ăn cơm sườn. Trước khi về, chúng tôi còn đến hàng hoa quả. Chúng tôi mua 1kg _____ và một quả sầu riêng. Tôi tiêu hết _____ đồng còn anh Kim tiêu hết 825 nghìn.

3.2. *Điền loại từ thích hợp vào chỗ trống* - 종별사를 빈칸에 쓰시오.
1. Tôi có 5 _____ áo sơ mi.
2. Tôi có 7 _____ tất.
3. Nhà anh ấy có 2 _____ ô tô.
4. Giám đốc của tôi có 1 _____ biệt thự (빌라).
5. Đây là _____ măng cụt.
6. Kia là _____ mèo.
7. Tôi muốn mua 1 _____ giầy.
8. Anh ấy mua 5 _____ rượu soju.
9. _____ chó này đẹp quá.
10. _____ sách này hay lắm.

3.3. *Hãy dùng những tính từ dưới đây đặt câu hỏi và trả lời*
아래 형용사들을 사용하여 질문과 답을 하시오.

xấu	: 못 생기다	đẹp	: 예쁘다	rẻ	: 싸다
tốt	: 좋다	mới	: 새롭다	gầy	: 마르다
béo	: 뚱뚱하다	cũ	: 낡다	to	: 크다
nhỏ	: 작다	đắt, mắc	: 비싸다	cao	: 높다, 크다

1. _____ ô tô này thế nào? 1) _____
2. _____ đồng hồ này thế nào? 2) _____
3. _____ dầu gội đầu kia thế nào? 3) _____
4. _____ máy tính này thế nào? 4) _____
5. _____ gà này thế nào? 5) _____
6. _____ sữa tắm này thế nào? 6) _____
7. _____ từ điển này thế nào? 7) _____
8. _____ nhà này thế nào? 8) _____
9. _____ bò này thế nào? 9) _____
10. _____ máy điều hòa này thế nào? 10) _____

③ Luyện tập nói - 다음 문장을 응용하여 자신의 상황을 말해 보시오.

Sau đây tôi xin giới thiệu về gia đình của tôi.
Tôi đã lập gia đình được 15 năm rồi.
Gia đình tôi đang sống ở Seoul.

Gia đình tôi có 4 người: tôi, vợ tôi, con trai và con gái tôi.

Vợ tôi năm nay 43 tuổi.

Vợ tôi là nội trợ.

Con trai lớn của tôi năm nay 13 tuổi. Con trai tôi đang học lớp 6.

Con gái của tôi năm nay 10 tuổi. Cháu đang học lớp 3.

Sở thích của vợ tôi là đi du lịch và mua sắm.

Cuối tuần tôi thường đi siêu thị mua sắm với vợ tôi hoặc chơi cùng các con tôi.

Văn hóa sinh hoạt của người Việt
베트남사람 생활문화

Ở các thành phố lớn của Việt Nam ngày nay có nhiều siêu thị mới được xây dựng nhưng vẫn còn nhiều chợ cóc. Người dân vẫn còn thói quen đi chợ cóc vì ở đây giá rẻ mà đồ lại tươi. Nếu về quê thì không có siêu thị mà ở đó chỉ có các chợ quê.

Ngày nay, ở siêu thị được bày bán tất cả mọi thứ. Giá cả cũng phải chăng lại có những đợt khuyến mãi. Nếu biết cách mua sắm thì mua ở siêu thị có thể mua được đồ tốt mà giá lại rẻ nữa. Người nước ngoài nếu không quen thì nên mua sắm ở các siêu thị. Đồ vừa đảm bảo chất lượng mà không sợ bị mua đắt.

이런 표현도 있네!

Kiểu nào hợp với tôi hơn? 어느 스타일이 저한테 더 어울려요?

Tôi muốn mua một bộ đồ theo mốt mới. 유행하는 옷을 사고 싶어요.

Mặc cái này rất thoải mái. 이것은 입기가 편해요.

Anh có cần hóa đơn đỏ không? 부가세 (레드) 영수증이 필요해요?

BÀI 6 >>> ÔN TẬP

I Phần I

1 Đọc đoạn văn dưới đây (아래 문장을 읽으시오)

> Xin chào. Tôi tên là Nam. Tôi là người Việt Nam. Năm nay, tôi 24 tuổi. Tôi không phải là sinh viên. Tôi là nhân viên. Tôi sống ở quận 3, thành phố Hồ Chí Minh. Tôi làm việc ở công ty. Tôi không có xe máy. Tôi thường xem ti vi. Tôi cũng thường đọc báo.

2 Hãy viết bài giới thiệu giống như nội dung trên đây. (위의 내용과 같이 소개의 글을 쓰시오)

3 Điền từ vào chỗ trống (빈칸을 채우시오)

a) Thầy Nam   : Chào _____.
   em có _____ không?
   Sinh viên   : Dạ, cám ơn _____ khỏe.
   Còn _____?
   Thầy Nam   : Cám ơn, _____ khỏe. Đây là ai?
   Sinh viên   : Xin _____ : Đây là anh Park.
   Anh Park là _____ Hàn Quốc.
   Thầy Nam   : Chào _____!
   Anh Park   : Chào _____!

PHẦN II: HỘI THOẠI | 81

b) *Cô Lan* : Chào _____!
   Anh Kim : Chào _____!
   Cô Lan : Anh _____ người Trung Quốc _____?
   Anh Kim : Dạ, không phải. Tôi _____ Hàn Quốc.
   Cô là sinh viên _____?
   Cô Lan : Dạ phải, tôi _____.
   Chào anh, hẹn _____ lại.
   Anh Kim : Chào cô, hẹn _____ lại.

4 Hỏi nghề nghiệp (직업을 말해 보시오)

Ví dụ:

HỎI:		ĐÁP:
- Cô Lan **làm gì**?	⇨	*Cô ấy* là **sinh viên**.
- Cô Lan **làm nghề gì**?	⇨	*Cô ấy* là **sinh viên**.
a) Ông Hải làm gì?	⇨	_____ (giáo viên).
b) Cô Hà làm gì?	⇨	_____ (phóng viên).
c) Cô Thanh làm gì?	⇨	_____ (nhân viên).
d) Anh Park làm gì?	⇨	_____ (giám đốc).
e) Chị Hoa làm gì?	⇨	_____ (bác sĩ).
f) Anh Bình làm gì?	⇨	_____ (tài xế).

5 Nói tuổi (나이를 말해 보시오)

Ví dụ:

- Anh Park *bao nhiêu* tuổi?	⇨	*Anh ấy* **27** tuổi.
a) Anh Bình bao nhiêu tuổi?	⇨	_____ 24 _____
b) Chị Hà bao nhiêu tuổi?	⇨	_____ 32 _____
c) Ông Nam bao nhiêu tuổi?	⇨	_____ 55 _____
d) Bà Thu bao nhiêu tuổi?	⇨	_____ 52 _____
e) Cô Lee bao nhiêu tuổi?	⇨	_____ 21 _____
f) Cô Lan bao nhiêu tuổi?	⇨	_____ 20 _____

6 Đặt câu hỏi (의문문을 완성하시오)

Ví dụ:

HỎI:	ĐÁP:
- *Anh là người Việt Nam phải không*?	⇨ Dạ phải, tôi là người Việt Nam.
a) _____ ?	⇨ Dạ phải, chị Hà là sinh viên.
b) _____ ?	⇨ Dạ có, anh Bình có 1 đôi giầy.
c) _____ ?	⇨ Dạ không, cô Lee không học tiếng Việt.
d) _____ ?	⇨ Dạ có, tôi muốn uống cà phê.
e) _____ ?	⇨ Dạ phải, anh Chang là người Trung Quốc.
f) _____ ?	⇨ Dạ không, tôi không đi học.

7 Trả lời câu hỏi (dùng từ trong ngoặc): 질문에 대해 알맞게 대답하시오.

HỎI:		ĐÁP:
a) Cô Lan làm việc ở đâu?	⇨	_____ (công ty này).
b) Ông Nam sống ở đâu?	⇨	_____ (quận 1).
c) Cô Lee học ở đâu?	⇨	_____ (trường đại học).
d) Bà Thu mua thức ăn ở đâu?	⇨	_____ (chợ Bến Thành).
e) Chị Hà mua sách ở đâu?	⇨	_____ (hiệu sách).
f) Anh sống ở đâu?	⇨	_____ (ký túc xá).
g) Anh Kim mua dầu gội đầu ở đâu?	⇨	_____ (siêu thị).

8 Đọc và viết các số: 다음 숫자를 읽고 쓰시오.

- 8: tám
- 14: _____
- 16: _____
- 40: _____
- 51: _____
- 60: _____
- 65: _____
- 80: _____

- 10: _____
- 21: _____
- 15: _____
- 43: _____
- 55: _____
- 84: _____
- 95: _____
- 100: _____

- 11: _____
- 32: _____
- 5: _____
- 44: _____
- 57: _____
- 89: _____
- 111: _____

9 Chọn các từ ở (B) thích hợp với (A)
(A에 적합한 단어를 B에서 고르시오. / 서로 어울리는 단어끼리 연결하시오.)

(A)	(B)
a) Đây là	bóng bàn.
b) Phòng của tôi	ở nhà trọ.
c) Tôi sống	2 chai bia.
d) Mẹ của tôi	rẻ quá!
e) Bạn của cô Lee	quyển từ điển Anh – Việt.
f) Máy vi tính của tôi	rất tốt.
g) Anh Kim chơi	đi chợ Bến Thành.
h) Cho tôi	làm nghề gì?
i) Con gà này	không có máy lạnh.

10 Hoàn thành những câu dưới đây (다음 문장들을 완성하시오.)

a) Người nước ngoài thường _____.

b) Anh Kim có _____ không?

c) Đây là _____ phải không?

d) Đôi giầy này _____.

e) Chúng tôi thích _____.

f) Ba của tôi _____ ti vi.

11 Đánh dấu X vào những từ nào không cùng loại?
(성격이 다른 단어에 X 표하시오.)

a) sinh viên, giáo viên, phóng viên, uống, y tá, thú vị.

b) giới thiệu, chào, đến, cô ấy, chơi, thế nào, nghe.

c) rẻ, mắc, đẹp, bình thường, cái quạt máy, con chó, nhỏ.

d) cô ấy, anh ấy, chị, cô, ông, bà, tôi, Kim Se Won, thầy giáo.

e) thế nào, ở đâu, phải không, của ai, cám ơn, xin lỗi.

f) đôi giầy, một, năm, bảy, chín, mười, mười lăm, hỏi.

12 Điền từ thích hợp vào chỗ trống: (빈 칸에 적합한 단어를 쓰시오.)

a) Xin _____, xin giới thiệu: đây là
_____ Bến Thành.

b) Anh Kim muốn mua _____ ở siêu thị.

c) Chúng tôi muốn _____ tiếng Việt.

d) Hôm nay, cô Lee _____ đi hiệu sách.

e) Đây là quyển sách _____ anh Bình.

f) Quyển từ điển Anh - Việt này _____ quá!

g) Con gà kia rất _____.

13 Đọc và dịch sang tiếng Hàn. 🎧 (읽고 한국어로 쓰시오)

> Xin chào. Tôi tên là Park Chun Deok. Tôi là người Hàn Quốc. Năm nay, tôi 38 tuổi. Tôi là nhân viên công ty Sam Sung. Gia đình tôi sống ở Hàn Quốc còn tôi sống ở Hà Nội, Việt Nam. Tôi làm việc ở công ty Sam Sung Việt Nam. Ở Việt Nam, tôi sống ở ký túc xá của công ty. Tôi đi làm bằng xe của công ty. Tôi thường xem ti vi và đọc báo. Khi rảnh, tôi thường gặp bạn bè và đi uống cà phê.

14 Đọc và trả lời câu hỏi (물음에 답하시오)

1. Anh Park là người nước nào?
   _____.

2. Anh Park bao nhiêu tuổi?
   _____.

3. Anh Park làm nghề gì?
   _____.

4. Gia đình anh Park sống ở đâu?
   _____.

5. Anh Park sống ở đâu?
   _____.

6. Anh Park làm việc ở đâu?
   _____.

7. Ở Việt Nam anh Park sống ở đâu?
   _____.

8. Anh Park thường xem gì?
   _____.

9. Khi rảnh anh park làm gì?
   _____.

10. Anh Park đi làm bằng xe của ai?
    _____.

15 **Hãy viết bài giới thiệu giống như nội dung trên đây** (위의 내용과 같이 소개하시오)

```
_____
_____
_____
_____
_____
_____
_____
_____
_____
```

16 **Trả lời câu hỏi** (물음에 답하시오)

1. Anh *có* khỏe *không*? (khỏe)   - Cảm ơn anh, tôi khỏe.
2. Chị *có* khỏe *không*? (bình thường)   _____
3. Ông Bình *thế nào*? (yếu)   _____
4. Bố anh *có* khỏe *không*? (bị ốm)   _____
5. Thầy giáo *khỏe không*? (không khỏe)   _____

17 **Dùng đại từ chỉ định để trả lời câu hỏi** (지시 대명사를 사용하여 답하시오)

Ví dụ: *Đây* là ai?   - *Đây* là anh Bình.

1. *Đây* là ai? (Anh Bình)   _____
2. *Kia* là ai? (Thầy Hùng)   _____
3. *Đó* là cái gì? (cái cặp)   _____
4. *Đây* là con gì? (con gà)   _____
5. *Kia* là quả gì? (quả sầu riêng)   _____

18 **Trả lời câu hỏi về nghề nghiệp** (직업에 대한 물음에 답하시오)

Ví dụ: Cô Lan *làm nghề gì*?   - Cô Lan *là* sinh viên.
           Cô Lan *làm gì*?   - Cô ấy *là* sinh viên.

1. Anh Young Chul làm nghề gì? (bác sĩ)   _____
2. Anh Hùng làm nghề gì? (giáo viên)   _____
3. Chị Hoa làm nghề gì? (nội trợ)   _____
4. Anh Bae Sun làm nghề gì? (bác sĩ)   _____
5. Anh Bình làm nghề gì? (tài xế)   _____

6. Chị Loan làm nghề gì? (kế toán) ___
7. Anh Ki Seung làm nghề gì? (giám đốc) ___
8. Anh Kyung Hoon làm nghề gì? (kỹ sư) ___
9. Chị Hoa làm nghề gì? (thư ký) ___
10. Bố anh làm nghề gì? ___

19 Hãy trả lời câu hỏi (물음에 답하시오)

Ví dụ: Anh Park ***bao nhiêu tuổi?*** (42) - Anh Park 42 tuổi.

1. Anh bao nhiêu tuổi? ___
2. Bố anh bao nhiêu tuổi? ___
3. Mẹ anh bao nhiêu tuổi? ___
4. Bạn anh bao nhiêu tuổi? ___
5. Con trai anh bao nhiêu tuổi? ___

20 Đọc và trả lời câu hỏi 🎧

> Tôi tên là Tuấn. Tôi là người Việt. Còn đây là bạn tôi. Anh ấy tên là Philip. Anh ấy là người Mỹ. Chúng tôi đều là sinh viên. Tôi học ở Đại học Seoul còn anh Philip học ở đại học Ngoại Ngữ Hàn Quốc.
>
> Cô gái này là bạn gái tôi. Cô ấy tên là Lan. Cô ấy cũng là sinh viên. Cô ấy học ở trường Đại học Seoul. Cô gái kia là Yu Mi. Cô ấy là người Hàn Quốc. Cô ấy học ở Đại học Seoul. Cô ấy là bạn của anh Philip.

Câu hỏi:

1. Tuấn là người nước nào?
2. Philip là người nước nào?
3. Yu Mi là người nước nào?
4. Tuấn làm nghề gì?
5. Tuấn và Philip là bạn phải không?
6. Philip học ở đâu?
7. Lan là bạn của ai?
8. Lan và Tuấn học ở đâu?
9. Yu Mi là bạn của ai?
10. Yu Mi là sinh viên phải không?

21 Nghe và điền nghề nghiệp, quốc tịch vào ô trống. 🎧

Tên	Nghề nghiệp	Quốc tịch
Ki Seung		
Cô Lan		
Tuấn		
John		
Julie		
Sumi và Nara		

22 Nghe và chọn đáp án đúng, sai. 🎧

	Đúng	Sai
1) Anh Kim là Người Hàn Quốc.	☐	☐
2) Anh Kim là giám đốc.	☐	☐
3) Cô Ju Mi là người Nhật.	☐	☐
4) Cô Ju Mi là sinh viên.	☐	☐
5) Anh Philip là người Mỹ.	☐	☐
6) Anh Philip là bác sĩ.	☐	☐
7) Anh Trung là người Việt Nam.	☐	☐
8) Anh Trung không phải là nhà báo.	☐	☐
9) Kim Oanh là người Trung Quốc.	☐	☐
10) Kim Oanh là ca sĩ.	☐	☐

23 Nghe và chọn đáp án đúng, sai. 🎧

	Đúng	Sai
1) Điện thoại của tôi số 010 2783 2612.	☐	☐
2) Anh Park sống ở phòng 307.	☐	☐
3) Nhà tôi số 21/7 ngõ 85 Trung Hòa.	☐	☐
4) Tôi mua áo hết 350 000 won.	☐	☐
5) Cam 65 000 đồng/ 1kg.	☐	☐
6) Tôi mua nhà hết 2 tỷ đồng.	☐	☐
7) Nhà tôi có 3 con chó.	☐	☐
8) Chúng tôi uống hết 5 chai bia.	☐	☐
9) Tôi đi siêu thị mua dầu gội đầu và sữa tắm.	☐	☐
10) Tôi tiêu hết 2 triệu đồng.	☐	☐

24 Nói về sở thích của bạn.

Nói về sở thích:

4.1. Sở thích của tôi là xem ti vi và đọc sách.

Buổi tối tôi thường xem ti vi.

Tôi thích xem thời sự.

Tôi cũng thích xem phim.

Tôi thích xem phim hài và phim tâm lý tình cảm.

Cuối tuần thỉnh thoảng tôi đi xem phim với vợ và các con tôi.

Tôi thích đọc sách về kinh tế.

Khi có thời gian thì tôi hay đọc sách.

4.2. Tôi thích chơi bóng chày (bóng đá, bóng bàn, chơi gôn).

Một tuần tôi thường chơi một lần với các bạn của tôi.

Tôi thích chơi thể thao vì chơi thể thao có thể nâng cao sức khỏe.

Tôi thích chơi bóng chày nhưng vì không có thời gian nên dạo này tôi ít chơi.

4.3. Tôi thích đi leo núi.

Tôi thích đi leo núi cùng gia đình tôi.

Mùa hè leo núi rất mát.

Mùa thu đi leo núi thì có thể ngắm cảnh thu vàng trên núi.

Mùa đông đi leo núi thì có thể ngắm tuyết trên núi.

Khi rảnh tôi thường đi leo núi với gia đình.

BÀI 7 >>> ANH ĐI HỌC LÚC MẤY GIỜ?

I HỘI THOẠI

1. Anh Bình : Anh Kim ơi, hôm nay anh có đi học không?
   Anh Kim : Dạ có.
   Anh Bình : Anh đến trường lúc mấy giờ?
   Anh Kim : Tôi đến trường lúc 8:00 (8 giờ).
   Anh Bình : Anh sẽ ăn trưa ở đâu?
   Anh Kim : Tôi sẽ ăn trưa ở căn-tin của trường.
   Anh Bình : Anh thường ăn trưa lúc mấy giờ?
   Anh Kim : Tôi thường ăn trưa lúc 12:00 (12 giờ).

2. Cô Lan : Anh học tiếng Việt ở đâu?
   Anh Kim : Ở trường Đại học Khoa học xã hội và Nhân văn.
   Cô Lan : Anh học vào thứ mấy?
   Anh Kim : Tôi học vào thứ hai, thứ tư và thứ sáu.
   Cô Lan : Anh học từ mấy giờ đến mấy giờ?
   Anh Kim : Tôi học từ 8:00 đến 11:00.

II TỪ VỰNG

• (lúc) mấy giờ?	몇시입니까?	• thường	보통
• hôm nay	오늘	• ngày mấy?	며칠
• đi học	공부하러 가다	• đi	가다
• đến trường	학교에 가다	• vào thứ mấy?	무슨 요일에?
• sẽ	~할 것이다 (미래)	• từ…đến…	~ 부터 ~ 까지
		• mấy giờ?	몇 시입니까?
• ăn trưa	점심 먹다	• không có chi = không có gì!	천만에요!
• căn-tin	학생식당, 매점		

III GIẢI THÍCH NGỮ PHÁP

1 Cách nói giờ
시간 읽는 법
- 8:00 = tám giờ
- 12:00 = mười hai giờ
- 8:20 = tám giờ hai mươi

2 Các ngày trong tuần
요일

- Thứ hai
- Thứ ba
- Thứ tư
- Thứ năm

- Thứ sáu
- Thứ bảy
- Chủ nhật

3 "Từ mấy giờ đến mấy giờ?" dùng để hỏi một quãng thời gian
몇 시부터 몇 시까지의 일정시간에 대해 쓰는 표현

Ví dụ:

HỎI: Anh làm việc từ mấy giờ đến mấy giờ?
                         ↓   ↓
ĐÁP: Tôi làm việc từ 8:00   đến   11:00.

4 Thời gian trong ngày
하루 중 시간

- Buổi sáng: Từ 00:00 đến trước 11:00
- Buổi trưa: Từ 11:00 đến 13:00
- Buổi chiều: Từ 13:00 đến 18:00 (= 6:00)
- Buổi tối: Từ 18:00 (= 6:00) đến 22:00 (10:00)
- Đêm: Từ 22:00 (= 10:00) đến 24:00 (00:00)

5 "Sẽ": Đứng trước động từ vị ngữ để biểu thị hành động xảy ra trong tương lai 서술동사 앞에 위치하여 장차 일어날 행동을 나타내는 데 쓰임.

Ví dụ:
- Tôi sẽ sống ở Việt Nam. (나는 베트남에서 살 것이다.)
- Chúng tôi sẽ làm việc ở công ty. (우리는 회사에서 일할 것이다.)

6 "Thường": Đứng trước động từ vị ngữ để biểu thị hành động lặp đi lặp lại
서술동사 앞에 위치하여 여러 번 반복되어 지는 행동을 나타내는데 쓰임.

Ví dụ:
- Anh Park thường đi học lúc 7:30. (Mr. 박은 주로 7 시 30 분에 학교에 간다).
- Bạn của tôi thường viết thư cho tôi. (내 친구는 나에 자주 편지를 쓴다).

IV LUYỆN TẬP

1 Xem thời gian biểu hàng ngày của anh Kim (미스터 김의 일과표)

Buổi sáng	7:15	**Thức dậy**
	7:15 đến 7:30	vệ sinh cá nhân
	7:30	ăn sáng
	8:00	đi học tiếng Việt
	11:30	về nhà
Buổi trưa	12:00	ăn trưa
	13:00 (=1:00)	nghỉ trưa
Buổi chiều	14:00 (=2:00)	đến công ty
	từ 14:00 (= 2:00) đến 18:00 (=6:00)	làm việc
Buổi tối	từ 18:00 đến 19:00 (= 7:00)	ăn tối
	từ 19:00 đến 22:30 (10:30)	xem tivi và đọc sách
	22:30	đi ngủ

2 Trả lời câu hỏi (물음에 답하시오)

a) Anh Kim thức dậy lúc mấy giờ?
- _____.

b) Anh Kim vệ sinh cá nhân từ mấy giờ đến mấy giờ?
- _____.

c) Anh Kim học tiếng Việt từ mấy giờ đến mấy giờ?
- _____.

d) Anh Kim về nhà lúc mấy giờ?

- _____.

e) Anh Kim ăn trưa lúc mấy giờ?

- _____.

f) Anh Kim đến công ty lúc mấy giờ?

- _____.

g) Anh Kim làm việc từ mấy giờ đến mấy giờ?

- _____.

h) Anh Kim ăn tối lúc mấy giờ?

- _____.

i) Anh Kim đi ngủ lúc mấy giờ?

- _____.

3 Đọc thời gian biểu của anh Kim và trả lời câu hỏi

Mr. 김의 일과표를 보고 다음 질문에 답하시오.

Ví dụ:

HỎI: Anh Kim *làm gì* lúc 7:15?

↓

ĐÁP: Anh ấy *thức dậy* lúc 7:15.

a) Anh Kim làm gì lúc 7:30 sáng?

- _____.

b) Anh Kim làm gì lúc 8:00 sáng?

- _____.

c) Anh Kim làm gì lúc 13:00 (= 1:00 trưa)?

- _____.

d) Anh Kim làm gì lúc 14:00 (= 2:00 chiều)?

- _____.

e) Anh Kim làm gì lúc 15:00 (= 3:00 chiều)?

- _____.

f) Anh Kim làm gì lúc 18:30 (= 6:30 tối)?

- _____.

g) Anh Kim làm gì lúc 20:00 (= 8:00 tối)?

- _____.

4 **Trả lời câu hỏi** (물음에 답하시오)

Ví dụ:

HỎI: Hôm nay, bạn sẽ ăn trưa ở đâu?

ĐÁP: Hôm nay, tôi sẽ ăn trưa ở quán ăn.

a) Bạn thường về nhà lúc mấy giờ?

b) Hôm nay, bạn học tiếng Việt từ mấy giờ?

c) Buổi sáng, bạn thường thức dậy lúc mấy giờ?

d) Buổi tối, bạn có xem ti vi không?

e) Bạn thường đi ngủ lúc mấy giờ?

f) Bạn học tiếng Việt vào thứ mấy?

BÀI ĐỌC

Anh Kim đến Việt Nam để học tiếng Việt. Anh ấy thường đi học lúc 8:00.
Hôm nay, anh Kim đi học lúc 8:05. Anh ấy không có thời gian ăn sáng.
Sau khi học tiếng Việt, anh Kim ăn trưa ở căn-tin.
Anh Kim thích món ăn Việt Nam. Anh Kim không thích xem ti-vi.
Anh Kim thường đi ngủ lúc 10:00 tối.

Từ vựng:

8:05: (tám giờ năm phút)

thời gian: 시간

sau khi: ~한 후에

thích: 좋아하다

món ăn: 음식

để (giới từ chỉ mục đích): ~ 위해서

심화학습 (작문청취)

1 **Đặt câu theo ngữ pháp** – 작문을 하시오.

   1.1. Cách hỏi giờ và nói giờ

      a. Bây giờ là mấy giờ?   - Bây giờ là 10 giờ.

      b. Mấy giờ rồi?   - 8 giờ 20 phút rồi.

    *- **Nói giờ hơn:***

        9 giờ 15 phút.

        9 giờ 30 phút = 9 ***rưỡi***.

    - ***Nói giờ kém:***

        11 giờ ***kém*** 10 phút.

Nhìn hình và hội thoại - 사진을 보고 대화하세요.

1.2. Ngày trong tuần (요일)

Tháng 12 năm 2012	Tháng 12 năm 2012	Tháng 12 năm 2012	Tháng 12 năm 2012
3 Thứ Hai	**4** Thứ Ba	**5** Thứ Tư	**6** Thứ Năm
7 Thứ Sáu	**8** Thứ Bảy	**9** Chủ Nhật	

- Hôm nay là **thứ mấy**?　　　　　- Hôm nay là **thứ 2**.
- Hôm qua là thứ mấy?　　　　　_____
- Ngày mai là thứ mấy?　　　　　_____
- Ngày kia là thứ mấy?　　　　　_____
- Thứ mấy anh đi Việt Nam?　　　_____
- Anh gặp đối tác vào thứ mấy?　_____
- Thứ mấy anh về quê?　　　　　_____
- Thứ mấy chúng ta được nghỉ học?_____
- Anh sẽ gặp ông giám đốc vào thứ mấy?

_____　오늘이 무슨 요일입니까?
_____　무슨 요일에 학교에 가요?
_____　무슨 요일에 제품이 오나요?
_____　무슨 요일에 생산을 시작하나요?
_____　무슨 요일에 사장님이 오세요?

1.3. *Từ* mấy giờ *đến* mấy giờ? (몇 시부터 몇 시까지?)

　　Ví dụ: Anh học tiếng Việt *từ* mấy giờ *đến* mấy giờ?
　　　　　- Tôi học tiếng Việt *từ* 9 giờ *đến* 12 giờ.
　　　　　Anh làm việc từ mấy giờ đến mấy giờ?
　　　　　- Tôi làm việc từ 7 giờ sáng đến 5 giờ chiều.
　　　　　Lớp học buổi sáng từ mấy giờ đến mấy giờ? _____
　　　　　Anh làm việc từ mấy giờ đến mấy giờ? _____
　　　　　Họ gặp nhau từ mấy giờ đến mấy giờ? _____

Hội nghị bắt đầu từ mấy giờ đến mấy giờ?	_____

Anh ngủ từ mấy giờ đến mấy giờ?	_____

_____	몇 시부터 몇 시까지 점심시간이에요?

_____	몇 시부터 몇 시까지 갔어요?

_____	몇 시부터 몇 시까지 운동했어요?

_____	몇 시부터 몇 시까지 회사에 있어요?

_____	몇 시부터 몇 시까지 친구를 만나요?

1.4. Thời gian trong ngày (하루 중 시간)

Buổi sáng : 00:00 - trước 11:00 (*1; 2; 3 giờ đêm; 1;2;3;4;5 giờ sáng…*).

Buổi trưa : 11:00 - 13:00 (*1 giờ trưa; 1 giờ chiều*).

Buổi chiều : 13:00 - 18:00 (*6 giờ chiều; 6 giờ tối*).

Buổi tối : 18:00 - 22:00 (*10 giờ tối; 10 giờ đêm*).

Buổi đêm : 22:00 - 24:00 (*12 giờ đêm*) ⇒ (**Ban đêm**).

* bình minh: 새벽   giữa trưa: 정오

   nửa đêm: 밤중   đêm khuya: 늦은 밤

   ban ngày: 낮   Ban đêm: 밤

1.5. "**đã** - 과거"; "**đang** – 현재진행"; "**sẽ** - 미래" 시제를 나타내는 조동사로 동사 앞에 위치.

Ví dụ: Hôm qua tôi **đã** đi chơi ở Seoul.

Buổi sáng tôi **đã** gặp anh ấy.

Buổi tối tôi **đã** ăn cơm với anh Park.

Chúng tôi **đang** học tiếng Việt ở Đại học Ngoại Ngữ Hàn Quốc.

Bây giờ họ **đang** làm gì?

Cậu ấy **đang** đi đến công ty.

Sang năm, tôi và gia đình **sẽ** sang Việt Nam.

Tôi **sẽ** làm việc ở Hà Nội.

Nghỉ hè, tôi **sẽ** đi du lịch ở Hạ Long.

1.6. "**thường**" 부사. 동사 앞에 위치.

Ví dụ: Buổi tối tôi thường về nhà lúc 6:30.

Tôi thường ăn trưa ở công ty cùng các đồng nghiệp.

Anh ấy thường ngủ dậy muộn.

Nó thường đi làm muộn.

Tôi thường đi ngủ muộn.

2 Nghe và điền từ vào chỗ trống

2.1. 🎧

Mai	:	Ngày mai, cậu có _____ không Thủy?
Thủy	:	Có. Mai tớ _____ đi làm.
Mai	:	_____ cậu đi?
Thủy	:	_____ giờ 30.
Mai	:	Cậu _____ rồi mới đi chứ?
Thủy	:	Không. _____ tớ phải đi sớm.
		Tớ _____ gì đó ở ngoài thôi.
Mai	:	Cậu _____ ở đâu?
Thủy	:	Tớ _____ ở quán bình dân gần _____.
Mai	:	_____, mấy giờ cậu về?
		Cậu có _____ ở nhà không?
Thủy	:	Khoảng _____ tớ về. Cậu _____ cả cơm tớ nhé.

2.2. 🎧

Mr. Choi	:	Anh học tiếng Việt _____?
Mr. Lim	:	Tôi _____ ở trường Đại học Ngoại ngữ Hàn Quốc.
Mr. Choi	:	Anh học vào _____?
Mr. Lim	:	Tôi học cả tuần. Từ _____ đến _____.
Mr. Choi	:	Thường anh học _____ mấy giờ _____ mấy giờ?
Mr. Lim	:	Tôi học cả ngày. Sáng từ _____ đến _____.
		Chiều _____ 1 giờ _____ 5 giờ.
Mr. Choi	:	Ồ! Anh học _____ quá.
Mr. Lim	:	Vâng. Tôi chỉ học như vậy trong _____ thôi.

2.3. 🎧

A. Ki	:	_____ cô có rảnh không?
Cô Hoa	:	Có chuyện _____ hả anh?
A. Ki	:	Tôi muốn mời cô _____.
Cô Mai	:	Ồ! Mai tôi có hẹn với bạn tôi từ _____ tối rồi.
A. Ki	:	Thế _____ tuần này thì sao?
Cô Mai	:	Thứ _____ à? Thứ 7 thì _____. Mình gặp nhau _____ ạ?
A. Ki	:	Mình gặp nhau lúc _____ ở cổng trường nhé.

2.4. 🎧

_____ tôi thường dậy lúc _____.
Tôi tập thể dục đến _____ sau đó tắm rửa, _____.
_____ tôi đi học. Tôi đến trường lúc _____.

Giờ học bắt đầu lúc _____.
Tôi học đến _____ thì đi ăn trưa.
Tôi thường _____ cùng các bạn ở căng tin của trường.
Giờ học _____ bắt đầu từ _____ giờ, _____ giờ thì kết thúc.
Tôi về nhà lúc _____.

3 Luyện tập: - 연습

3.1. *Trả lời câu hỏi* (물음에 답하시오)

1. Bây giờ **là** mấy giờ? _____
2. Lúc đó là mấy giờ? _____
3. Anh ngủ dậy **lúc** mấy giờ? _____
4. Anh đi học lúc mấy giờ? _____
5. Anh đi ngủ lúc mấy giờ? _____
6. Quán này mở cửa lúc mấy giờ? _____
7. Anh bắt đầu làm việc lúc mấy giờ? _____
8. Anh rời nhà đi học lúc mấy giờ? _____
9. Họ đi xem phim lúc mấy giờ? _____
10. Xe chạy lúc mấy giờ? _____

3.2. *Xem thời khóa biểu của Hà, thực tập hỏi và trả lời* ("하"의 일과표를 보고 묻고 답하기를 하시오)

Ví dụ: Buổi sáng, Hà thức dậy **lúc mấy giờ**?

- Buổi sáng, Hà thức dậy **lúc** 6 giờ 15 phút.

Buổi sáng	6 giờ 15	thức dậy
	7 giờ	ăn sáng
	7 giờ 30	đi làm
	7 giờ 45	đến công ty
Buổi trưa	11 giờ 30	ăn trưa
	12 giờ 15	nghỉ trưa
Buổi chiều	13 giờ 30	làm việc lại
	17 giờ	về đến nhà
Buổi tối	19 giờ 15	đi học tiếng Anh
	21 giờ	về đến nhà
	23 giờ	đi ngủ

3.3. Xem lịch làm việc của anh Park và hội thoại.

Ví dụ: **Thứ 2** anh Park **làm gì**? *Buổi sáng* anh ấy học tiếng Việt.
Buổi chiều anh ấy đi đến công ty.
Anh ấy học tiếng Việt **từ** mấy giờ **đến** mấy giờ? Anh ấy học **từ** 9 giờ **đến** 12 giờ.

LỊCH LÀM VIỆC				
	Sáng		**Chiều**	
Thứ 2	9:00 - 12:00	: học tiếng Việt	1:00-4:30	: đi đến công ty
Thứ 3	8:00-12:00	: đi làm	1:00	: đi công việc
Thứ 4	9:00-12:00	: học tiếng Việt	1:00-3:00 3:00-4:30	: đi gặp đối tác : về công ty
Thứ 5	8:00-12:00	: xuống xưởng sản xuất	1:00-2:00 2:00-4:30	: gặp giám đốc : viết báo cáo
Thứ 6	9:00-12:00	: học tiếng Việt	1:00-4:30	: ở văn phòng
Thứ 7	9:00-12	: đi chơi cùng vợ con		ở nhà nghỉ ngơi
Chủ nhật	10:00	: đi nhà thờ		ở nhà nghỉ ngơi

3.4. Tìm những từ không cùng loại (다른 종류의 말을 찾으시오)

1. buổi sáng, buổi trưa, ăn sáng, buổi chiều, đi chơi, buổi tối, ban đêm.
2. đọc sách, đọc báo, buổi tối, xem phim, đi làm, buổi sáng, về nhà.
3. hôm qua, hôm nay, ăn tối, ngày mai, mấy giờ, ngày kia.

3.5. Điền các từ sau đây vào chỗ trống thích hợp (다음 적합한 단어를 넣으시오)

| buổi chiều | bác sĩ | đi làm | ăn trưa | bệnh viện |

Ông Bình là _____. Ông ấy làm việc ở một _____ lớn ở Hà Nội. Ông ấy thường _____ lúc 6 giờ 30 phút và đến bệnh viện lúc 7 giờ. Buổi sáng ông ấy làm việc từ 7 giờ đến 11 giờ rưỡi. Buổi trưa, ông _____ ở căn tin của bệnh viện. _____ ông ấy làm việc từ 1 giờ đến 4 giờ rưỡi. Buổi tối, ông làm việc tại nhà đến 8 giờ. Ông ấy rất bận.

4 Bài tập

4.1. *Hãy viết về lịch làm việc một ngày của bạn* (하루 일과를 적으시오)

4.2. *Chọn từ đúng, viết lại các câu sau* (적합한 단어를 골라 문장을 다시 쓰시오)

1. Tàu hỏa đến ga lúc 12 giờ (trưa/ sáng/ chiều).
   _____

2. Anh Park thường học xong lúc 5 giờ (trưa/ chiều).
   _____

3. Tôi thường đi ngủ lúc 11 giờ (tối/đêm).
   _____

4. Anh Lim thường dậy (lúc) 7 giờ 30 phút sáng.
   _____

5. Bây giờ (là/ là lúc) 7 giờ tối.
   _____

4.3. *Viết lại cho đúng các từ trong các câu sau* (순서대로 쓰시오)

1. đi học / chị / lúc / thường / mấy giờ?
   _____

2. sáng / lúc / thức dậy / cô Mai / 6 giờ.
   _____

3. rất / ông ấy / bận.
   _____

4. đến / 8 giờ sáng / lúc / công ty / anh ấy.
   _____

5. buổi sáng / cô / buổi chiều / học / hay?
   _____

4.4. *Dùng từ 'thường' trả lời các câu hỏi dưới đây* ('Thường'을 사용하여 대답하시오)

1. Bạn thường thức dậy lúc mấy giờ?
   _____

2. Buổi trưa, bạn thường ăn cơm ở đâu?
   _____

3. Bạn thường đến công ty lúc mấy giờ?
   _____

4. Bạn thường đi ngủ lúc mấy giờ?
   _____

5. Buổi sáng, bạn thường ăn gì?
   _____

5 Nói - 말하기

Hiện nay tôi đang học tiếng Việt tại trường Đại học Ngoại Ngữ Hàn Quốc.
Tôi đã học tiếng Việt được 1 tháng rồi.
Một tuần tôi học 5 buổi.
Mỗi ngày tôi học 7 tiếng. Buổi sáng giờ học bắt đầu từ 9 giờ đến 12 giờ.
Buổi chiều giờ học bắt đầu từ 1 giờ đến 5 giờ.
Buổi trưa tôi được nghỉ 1 tiếng để ăn trưa.
Tôi thường ăn trưa ở căn tin của trường cùng các bạn cùng lớp của tôi.
Buổi tối, sau khi ăn tối, tôi tự học tiếng Việt ở phòng đến 10 giờ 30 phút.
Tiếng Việt rất khó. Đặc biệt là phát âm.
Phát âm tiếng Việt khó vì tiếng Việt có thanh điệu.
Nhưng càng học tôi càng thấy thú vị.

Trả lời câu hỏi (물음에 답하시오)

1. Anh đang học tiếng Việt ở đâu?
2. Anh học tiếng Việt được bao lâu rồi?
3. Một tuần anh học mấy buổi?
4. Ở trường, một ngày anh học tiếng Việt mấy tiếng?
5. Buổi sáng anh học từ mấy giờ đến mấy giờ?
6. Buổi chiều anh học từ mấy giờ đến mấy giờ?
7. Anh có tự học tiếng Việt không?
8. Anh thường ăn trưa ở đâu? Với ai?
9. Tiếng Việt thế nào?
10. Theo anh, tiếng Việt khó nhất là gì?

Từ vựng:

hiện nay: 현재
tuần: 주
mỗi ngày: 매일
tiếng: 시간
giờ học: 수업
giờ: 시
tự học: 자습하다
đặc biệt: 특별히
~ càng ~ càng ~ : ~하면 할수록~

BÀI 8 >>> SỐ ĐIỆN THOẠI CỦA TÔI

I HỘI THOẠI

1. Bình   : Anh có điện thoại không?
   Nam   : Dạ có.
   Bình   : Điện thoại của anh số mấy?
   Nam   : 804 3560.
   Bình   : Ồ! đây là số điện thoại bàn à? Anh có điện thoại di động không?
   Nam   : Dạ có. Số điện thoại di động của tôi là 092 234567.
   Bình   : Cám ơn anh!
   Nam   : Không có chi!

2. Cô Lan   : A lô! Tôi nghe đây!
   Anh Thanh : Làm ơn cho tôi gặp thầy Minh.
   Cô Lan   : Dạ, thầy Minh đang bận. Thầy Minh sẽ gọi cho anh sau. Điện thoại của anh số mấy?
   Anh Thanh : Dạ, 093 888456. Tôi tên là Thanh.
   Cô Lan   : Cám ơn anh! Chào anh!
   Anh Thanh : Chào cô!

3. Anh Bình   : Tôi muốn gửi thư cho anh. Địa chỉ của anh ở đâu?
   Anh Nam   : Địa chỉ của tôi ở số 11 đường Hùng Vương, quận 5.
   Anh Bình   : Anh có email không?
   Anh Nam   : Dạ có. Email của tôi là ana@gmail.com.
   Anh Bình   : Anh có số Fax không?
   Anh Nam   : Dạ, không.

II TỪ VỰNG

Cách đọc email: **ana@gmail.com**: "a-n-a- a còng-gờ mail-chấm-com"

@ = a còng (= a móc)

số mấy?	몇 번입니까?
điện thoại di động	이동전화 (핸드폰)
tôi nghe đây	네, 여보세요 (전화 받을 때)
làm ơn	실례하지만

gặp	바꾸다 (만나다)
bận	바쁘다
gọi (điện thoại)	(전화를) 걸다
gửi thư	편지를 보내다
địa chỉ	주소
đường	길, 거리
quận	군 (행정구역)

III GIẢI THÍCH NGỮ PHÁP

1 "số mấy?" "mấy" là từ dùng để hỏi về số, số lượng
수량이나 수를 물을 때 쓰는 말

Ví dụ:

HỎI: Điện thoại của anh số *mấy*?
↓
ĐÁP: Điện thoại của tôi số *8000823*.

HỎI: Hôm nay là ngày *mấy*?
↓
ĐÁP: Hôm nay là ngày *15*.

Lưu ý:

※ Câu "Điện thoại của tôi số 8000823" có thể nói:
→ à "Số điện thoại của tôi **là** 8000823.

※ Từ đồng nghĩa của "*mấy*" là "*bao nhiêu*". Khi đứng trước danh từ, "*mấy*" cũng hỏi về số lượng: (mấy와 bao nhiêu 는 수량을 묻는 단어로 명사 앞에 온다.)

Ví dụ:

HỎI: Toà nhà này có mấy tầng?
↓
ĐÁP: Toà nhà này có 8 *tầng*.

HỎI: Gia đình cô có *mấy người*?
↓
ĐÁP: Gia đình tôi có *4 người*.

2 Khi chúng ta muốn đề nghị hay yêu cầu người nghe làm một việc gì đó thì chúng ta phải dùng "Làm ơn cho tôi…"

듣는 사람에게 제의나 요구를 할 때 사용한다.

Ví dụ:

- ***Làm ơn cho tôi*** gặp anh Park.
- ***Làm ơn cho tôi*** 2 chai bia.
- ***Làm ơn cho tôi*** hỏi: khách sạn Rex ở đâu?

3 Hỏi địa chỉ (주소 묻기)

HỎI: Địa chỉ của ……*ở đâu*?

↓

ĐÁP: Địa chỉ của……*số*…*đường*…*quận*…?

4 Lưu ý (유의)

Sau các động từ "**gửi**" thư , "**gọi**" (điện thoại)", chúng ta phải sử dụng "**cho**" (giới từ).

동사"**gửi**"와 "**gọi**" 뒤에는 "**cho**"를 사용한다.

Ví dụ:

- Tôi **gửi** thư **cho** giáo sư Kim.
- Tôi **gọi** điện thoại **cho** cô Choi.

Câu hỏi: - Anh **gửi** email **cho** ai?

Đáp: - Tôi **gửi** email **cho** cô Lee.

IV LUYỆN TẬP

1 Thực tập hỏi và trả lời số điện thoại (전화번호로 답하시오)

a) *Điện thoại của anh số mấy?* → Số điện thoại của tôi là 870 5467.
b) *Điện thoại của chị Lee số mấy?* → _____ 0980 546732.
c) *Điện thoại của anh Park số mấy?* → _____ 879 9090.
d) *Điện thoại của thầy Nam số mấy?* → _____ 072 833281.
e) *Điện thoại di động của cô Thu số mấy?* → _____ 0907 768 5655.

2 Đọc bài sau đây và trả lời câu hỏi (다음 문장을 읽고 물음에 답하시오)

Cô Lan sống ở thành phố Hồ Chí Minh. Địa chỉ của cô ấy ở số 45 đường 3 tháng 2, quận 11. Điện thoại di động của cô ấy số 0988 06798. Cô ấy đang làm việc ở trường đại học. Cô ấy là thư ký. Văn phòng của cô ấy ở tầng 4. Điện thoại của cơ quan cô ấy số 866 4356. Email của cô ấy là lanpham@gmail.com.

HỎI	ĐÁP
a) *Cô Lan sống ở đâu?* →	_____
b) *Địa chỉ của cô Lan ở đâu?* →	_____
c) *Điện thoại di động của cô Lan số mấy?* →	_____
d) *Điện thoại cơ quan cô ấy số mấy?* →	_____
e) *Cô Lan làm việc ở đâu?* →	_____
f) *Cô ấy làm gì?* →	_____
g) *Văn phòng của cô ấy ở tầng mấy?* →	_____
h) *Cô Lan có email không?* →	_____

3 Xem danh thiếp, đặt câu hỏi và trả lời (명함을 보고 묻고 답하시오)

Trường Đại học ngoại ngữ thành phố Hồ Chí Minh

Khoa Đông Phương

Giáo sư **TRẦN THANH TÙNG**

Văn phòng: *Nhà*:

8 đường Sư Vạn Hạnh, quận10,   14 Bùi Minh Trực, quận 8

Tầng 5   ĐT: 855 7677

ĐT: 872 5565   HP: 0905 435532

Fax: 84-8-8686823

HỎI	ĐÁP
a) _____ ? →	_____
b) _____ ? →	_____
c) _____ ? →	_____
d) _____ ? →	_____
e) _____ ? →	_____
f) _____ ? →	_____
g) _____ ? →	_____
h) _____ ? →	_____

4 Sắp xếp các câu dưới đây cho đúng trật tự:
아래의 단어들을 순서에 맞도록 정리하시오.

Ví dụ:

- gửi sách/ tôi / cho/ anh Park. → **Tôi gửi sách cho anh Park.**

a) có/điện thoại/anh /không? → _____?

b) ở đâu/của anh/địa chỉ? → _____?

c) là gì/tên/anh? → _____?

d) Hàn Quốc/người /là /cô Lee /phải không? → _____?

e) mua/muốn/tôi/từ điển /một quyển. → _____?

f) gọi / cái này/ tiếng Việt / là gì? → _____?

BÀI ĐỌC

Hiện nay, nhiều người Việt Nam sử dụng điện thoại bàn và điện thoại di động. Trước đây, trên đường, có nhiều trạm điện thoại công cộng. Nhưng ngày nay, hầu như ai cũng có điện thoại di động nên mọi người không dùng đến điện thoại công cộng nữa.

Điện thoại di động ở Việt nam có hai loại thuê bao là thuê bao trả trước và thuê bao trả sau. Nếu dùng thuê bao trả trước thì mua các loại thẻ nạp tiền 20 000, 50 000, 100 000, 200 000 nạp vào máy là gọi được. Thuê bao trả sau thì cuối tháng trả một lần. Thuê bao trả trước thường có rất nhiều dịch vụ khuyến mãi như: khuyến mãi 20%, 50% mệnh giá thẻ. Các loại thẻ này được bán ở rất nhiều đại lý bán lẻ ở khắp nơi trên cả nước.

Từ vựng:

thuận tiện:	편리하다	**thuê bao trả trước:**	선불 서비스
trên đường:	길에서	**thuê bao trả sau:**	후불 서비스
trạm điện thoại công cộng:	공중전화부스	**trả một lần:**	일시불
có thể:	~ 할 수 있다	**khuyến mãi:**	할인
điện thoại bàn:	~ 집전화	**cuối tháng:**	월말
phải:	~ 해야 한다	**dịch vụ:**	서비스
thẻ nạp tiền:	돈 충전 카드	**mệnh giá thẻ:**	카드값
nạp:	충전하다	**đại lý bán lẻ:**	소매대리점

Trả lời câu hỏi: (물음에 답하시오)

a) Hiện nay, người Việt Nam thường sử dụng những loại điện thoại nào?
b) Có mấy loại dịch vụ điện thoại ở Việt Nam?
c) Chúng ta có thể mua thẻ điện thoại ở đâu?
d) Một thẻ điện thoại bao nhiêu tiền?

심화학습 (작문청취)

1 **Đặt câu theo ngữ pháp** – 작문을 하시오.

1.1. Cách hỏi số điện thoại.

- Điện thoại của anh số mấy?   Số điện thoại của tôi là: 010-2783-2612.
- Số điện thoại của anh thế nào?   Điện thoại của tôi số: …..
- Anh cho tôi xin số điện thoại ?

1.2. Khi yêu cầu đề nghị thì dùng: - Làm ơn cho tôi….

- Làm ơn cho tôi gặp anh Park.
- Anh làm ơn cho hỏi: Bệnh viện Chợ Rẫy ở đâu?

1.3. Khi hỏi địa chỉ.

- Địa chỉ nhà anh thế nào?

  Nhà tôi ở số _____ đường _____ quận _____.

- Nhà anh ở đâu?

* **Chú ý:**

- Địa chỉ ở Việt Nam thường được viết theo thứ tự: số nhà, đường, phường, quận (huyện), thành phố (tỉnh). (베트남에서 주소는 번지, 거리, 동, 군 (현), 시 (성)의 순서로 쓴다)
- Giới từ "cho = 에게; 께" thường được dùng với một số động từ: **gửi**, **gọi** (điện thoại), **giải thích** (cho ai về cái gì), **nói** (cho ai về cái gì)….
- Trong địa chỉ email, @ đọc là: a còng hoặc a móc. (이메일 읽을 때)

1.4. Luyện tập với cấu trúc ngữ pháp.

Nhìn danh thiếp, luyện tập đặt câu hỏi và trả lời.

```
CÔNG TY TNHH NAM HẢI

NGUYỄN VĂN NAM
Chủ tịch Hội đồng thành viên (대주주)

Địa chỉ:            HP: 989-333-446
Cảng Mũi Chùa,      Email: nvn@gmail.com
Huyện Tiên Yên
Tỉnh Quảng Ninh
```

1. Ông ấy tên là gì?
   - Ông ấy tên là Nam.
2. Ông ấy làm việc ở đâu?
   - Ông ấy làm việc ở công ty TNHH Nam Hải.
3. Chức vụ của ông ấy thế nào?
   - Ông ấy là chủ tịch hội đồng thành viên.
4. Số điện thoại của ông Nam thế nào? - Số điện thoại của ông ấy là: 0989-333-466.
5. Địa chỉ email của ông ấy thế nào? - Email của ông ấy là: **nvn@gmail.com**.
6. Địa chỉ công ty ông ấy ở đâu (thế nào)? - Ở Cảng Mũi Chùa, Tiên Yên, Quảng Ninh.

1. Họ tên?
2. Cơ quan?
3. Chức vụ?
4. Số điện thoại?
5. Địa chỉ email?
6. Địa chỉ công ty?

Công ty TNHH TMM

PHAN VĂN BÌNH
Giám đốc

53 Trần Nhật Duật-NhaTrang
Tel: 058.6299 295-3878 545
Fax: 058.387 545
Mobile: 0903 504 508
Email: vanbinh@yahoo.com

ĐẠI HỌC ĐÀ LẠT

NGUYỄN AN
Giảng viên tiếng Hàn

KHOA ĐÔNG PHƯƠNG
NGÀNH HÀN QUỐC HỌC

01 Phù Đổng Thiên Vương,
Đà Lạt, Việt Nam
ĐT: + 84-63-3823-311
FAX: + 84-63-3553-450
DĐ: +84-98-2261-281
Email: nguyen@yahoo.com

1. Họ tên?
2. Cơ quan?
3. Chức vụ?
4. Số điện thoại?
5. Địa chỉ email?
6. Địa chỉ cơ quan?

ĐẠI HỌC QUỐC GIA HÀ NỘI
TRƯỜNG ĐẠI HỌC KHOA HỌC
XÃ HỘI VÀ NHÂN VĂN

336 Nguyễn Trãi
Thanh Xuân, Hà Nội
Tel: +84-4-3858-5284
Mobile: +84-98-3935-764
Email: lequynhhuong@gmail.com

TS. LÊ QUỲNH HƯƠNG
Giảng viên

1. Họ tên?
2. Cơ quan?
3. Chức vụ?
4. Số điện thoại?
5. Địa chỉ email?
6. Địa chỉ cơ quan?

2 Nghe và điền từ vào chỗ trống

2.1. 🎧

Nam : Ồ, Bình! Lâu quá không gặp. Dạo này cậu _____? _____ chứ?

Bình : Nam à. _____ không gặp. Tớ khỏe. Cậu _____? Công việc _____ cả chứ?

Nam : Ừ, công việc _____ tớ tốt. À, số điện thoại của cậu _____ nhỉ?

Bình : Số của tớ là _____.

Cho tớ số _____ cậu đi.

Nam : Số của tớ là _____ .

Bình : Chào cậu. Có số rồi sau này mình _____ nhé.

Nam : Ừ, chào cậu.

2.2. 🎧

Nhân viên : A lô! Công ty Sam Sung xin _____ .

Khách hàng : A lô! Chào chị, tôi là Vân _____ Thăng Long.
Chị _____ tôi gặp anh Park trưởng phòng xuất nhập khẩu được không ạ?

Nhân viên : Xin lỗi chị, Anh Park đã _____ rồi ạ.
Khoảng _____ phút nữa chị gọi lại được không ạ?

Khách Hàng : Dạ, tôi có việc gấp cần _____ với anh Park ạ.
Chị làm ơn cho tôi xin _____ của anh Park được không ạ.

Nhân viên : Dạ, chị làm ơn chờ chút ạ.
Dạ, số của anh park là _____ .

Khách hàng : Dạ, tôi _____ lại ạ _____ .

Nhân viên : Dạ, đúng rồi ạ.

Khách hàng : Cảm ơn chị. Chào chị.

2.3. 🎧

A : Chào anh. Em là Hương _____ máy tính HP ạ.
Công ty em muốn _____ sản phẩm cho bên anh.
Anh làm ơn cho em xin _____ của bên anh ạ.

B : Chị ghi đi. _____ máy tính Minh Quân, số _____ , đường _____ tháng _____ , thành phố Đà Lạt, tỉnh Lâm Đồng.

A : Xin lỗi, anh cho em xin họ tên, _____ và địa chỉ email của anh.
Khi nào bên em gửi hàng em sẽ _____ với anh ạ.

B : Tên tôi là Phạm Minh Quân, số điện thoại _____ ,
địa chỉ email là **phamminhquan@gmail.com**.

A : Cảm ơn anh. Chào anh.

B : Cảm ơn chị.

2.4. 🎧

A : A lô! Chào Lan. Anh cần _____ của anh Bình.

B : Dạ, anh chờ em _____ .

A : Anh ơi, số của anh Bình _____ .

B : Cảm ơn em…

B : Em ơi, hình như số em cho anh
_____.
Anh không _____ được.
A : Dạ, anh _____ lại em xem ạ.
B : _____.
A : À! Xin lỗi anh, số bị sai rồi.
Số của anh ấy là _____.
B : Cảm ơn em.

3. Dùng từ cho sẵn để viết câu (단어를 사용하여 문장 완성하시오)

3.1. Điền từ vào chỗ trống (빈칸을 채우시오)

| sống | người | làm việc | học | số |

Anh Choi là _____ Hàn Quốc. Anh ấy đến Việt nam để _____ Tiếng Việt. Anh ấy đang _____ ở Hà Nội. Anh Choi đang học tiếng Việt ở Trường Đại học khoa học xã hội và nhân văn Hà Nội.

Hôm qua, anh ấy gặp anh Sâm. Anh Sâm _____ ở công ty Daewoo. Nhà anh ấy ở _____ 11/17 ngõ 25, đường Hoàng Diệu, quận Ba Đình, thành phố Hà Nội.

3.2. Thêm từ cùng loại vào chỗ trống (빈칸에 같은 종류의 단어를 쓰시오)

1. Tôi làm việc ở **ngân hàng** / _____ / _____ / _____
2. Anh ấy sống ở **Hàn Quốc** / _____ / _____ / _____
3. Anh ấy nói **tiếng Anh** / _____ / _____ / _____
4. Số **điện thoại** của tôi là… / _____ / _____ / _____
5. Địa chỉ **công ty** là…? / _____ / _____ / _____

3.3. Đánh dấu từ không cùng loại (품사가 다른 단어를 표시하시오)

1. tiếng Anh, tiếng Nga, nước Nhật, tiếng Việt, người Trung Quốc.
2. chợ, ngân hàng, khách sạn, bưu điện, giám đốc, nhà hàng, thư ký.
3. nói, nghe, đọc, kỹ sư, viết, giáo viên.

3.4. Viết câu hỏi cho những nội dung sau (아래 문장의 물음을 만드시오)

1. _____?
   - Địa chỉ nhà tôi số 23/7, ngõ 84 đường Láng, quận Đống Đa, thành phố Hà Nội.
2. _____?
   - Địa chỉ công ty tôi ở số 5, đường Thanh Niên, quận Ba Đình, Hà Nội.

3. _____?
- Điện thoại của tôi số: 0989 460 241.

4. _____?
- Số Fax công ty tôi là: 084 4 335 221.

5. _____?
- Email của tôi là: **hoctiengviet@hanmail.net**.

4. Nói - 말하기

GIỚI THIỆU VỀ QUÊ HƯƠNG

Quê tôi ở Seoul. Hiện nay, gia đình tôi đang sống ở Seoul.

Seoul là thủ đô của Hàn Quốc.

Diện tích của Seoul khoảng 605 km^2.

Dân số của Seoul khoảng 10 triệu 500 nghìn người.

Seoul có nhiều nơi nổi tiếng như: cung Kyeongbok,

Núi Nam, Sông Hàn, Chợ Nam Dae Mun….

Seoul có các món ăn ngon như: Bulgogi, Bibimbap, kalbithang….

Ở Seoul giao thông rất thuận tiện.

Phương tiện giao thông có tàu điện ngầm, xe buýt, xe tắc xi

và ô tô riêng.

Tuy nhiên, giá cả sinh hoạt ở Seoul khá đắt.

Trả lời câu hỏi (물음에 답하시오)

1. Quê anh ở đâu?
2. Hiện nay gia đình anh đang sống ở đâu?
3. Seoul là thủ đô của Hàn Quốc phải không?
4. Diện tích của Seoul thế nào?
5. Dân số của Seoul thế nào?
6. Seoul có những nơi nào nổi tiếng?
7. Seoul có đặc sản gì? (Seoul có món ăn nào ngon?)
8. Giao thông ở Seoul thế nào?
9. Ở Seoul có những phương tiện giao thông gì?
10. Giá cả sinh hoạt ở Seoul thế nào?

Từ vựng:

quê:	고향	ngon:	맛있다
hiện nay:	현재	như:	~와/과 같다
gia đình:	가족	giao thông:	교통
thủ đô:	수도	thuận tiện:	편리하다
diện tích:	면적	phương tiện:	수단
khoảng:	약	tàu điện ngầm:	지하철
km² (ki lô mét vuông):	제곱 킬로미터	xe buýt:	버스
dân số:	인구	tắc xi:	택시
nơi nổi tiếng:	명승지	tuy nhiên:	그러나
cung:	궁궐	giá cả:	물가
núi:	산	sinh hoạt:	생활
sông:	강	khá:	꽤
chợ:	시장	đắt:	비싸다
món ăn:	음식		

이런 표현도 있네!

1. Anh có **cạc- vi- dít (card visit)** không? 명함이 있어요?
2. Anh cho xin **cái danh thiếp**? 명함을 주세요.
3. Khi nào rỗi đến nhà tôi chơi nhé. 시간이 있으면 우리집에 놀러 오세요.
4. Hôm nào mời anh đến nhà tôi chơi. 언제 우리 집에 놀러 오세요.
5. Mời anh đến thăm công ty chúng tôi. 우리 회사를 방문하세요.

BÀI 9 ››› TÔI MUỐN THUÊ MỘT PHÒNG

I HỘI THOẠI

1. Nữ tiếp tân : A lô! Khách sạn Sài Gòn xin nghe.

    Anh Hong : Tôi muốn thuê phòng. Bên chị còn phòng không?

    Nữ tiếp tân : Dạ, anh cần phòng đơn hay phòng đôi ạ?

    Anh Hong : Tôi muốn thuê một phòng đôi.

    Nữ tiếp tân : Dạ, anh muốn thuê từ ngày nào đến ngày nào ạ?

    Anh Hong : Tôi muốn ở từ ngày mồng 1 đến ngày mồng 3 tháng 4, 3 ngày 2 đêm. Phòng đôi bao nhiêu tiền một đêm?

    Nữ tiếp tân : Dạ, phòng đôi 150 đô la một đêm bao gồm cả ăn sáng ạ.

    Anh Hong : Giá như vậy hơi đắt, bên khách sạn có thể giảm giá một chút được không?

    Nữ tiếp tân : Dạ, xin lỗi anh, hiện đang là mùa du lịch nên bên em không thể giảm giá được. Mong anh thông cảm.

    Anh Hong : Tôi có thể thanh toán bằng thẻ tín dụng được không?

    Nữ tiếp tân : Dạ, được ạ. Xin anh cho biết họ tên đầy đủ và số thẻ của anh ạ.

    Anh Hong : Tên tôi là Hong Kil Dong. Số thẻ là 1234-5678-9101112. Em làm ơn cho tôi hỏi ngày mồng 1 mấy giờ tôi có thể nhận phòng (check in) và ngày mồng 3 mấy giờ tôi phải trả phòng (check out)?

    Nữ tiếp tân : Dạ, anh có thể nhận phòng từ 2 giờ chiều và trả phòng trước 12 giờ trưa ạ.

    Anh Hong : Cảm ơn em.

    Nữ tiếp tân : Dạ, vậy anh Hong Kil Dong đặt 1 phòng đôi từ ngày mồng 1 đến ngày mồng 3 tháng 4 đúng không ạ?

    Anh Hong : Đúng rồi. Cảm ơn em. Chào em.

    Nữ tiếp tân : Dạ, cảm ơn anh. Chào anh.

2. Nữ tiếp tân : Chào anh. Anh cần gì ạ?

    Anh Hong : Chào em. Mấy hôm trước tôi đã gọi điện đặt phòng.

    Nữ tiếp tân : Dạ, xin anh cho xem hộ chiếu ạ.

    Anh Hong : Đây em.

    Nữ tiếp tân : Dạ, anh đặt một phòng đôi từ ngày mồng 1 đến ngày mồng 3 tháng 4. Xin anh cho em mượn thẻ tín dụng để em xác nhận ạ.

    ……

    Nữ tiếp tân : Cảm ơn anh. Đây là hộ chiếu, thẻ tín dụng, chìa khóa phòng 507 và phiếu ăn sáng của anh ạ. Ăn sáng ở nhà hàng tầng trệt của khách sạn từ 06:30 đến 10:00 ạ.

Anh Hong   : Cảm ơn em.

II TỪ VỰNG

tiếp tân	호텔직원
nữ tiếp tân	호텔여직원
a lô	여보세요
đấy là…?	그것은 … ?
khách sạn	호텔
cần	필요하다
thuê	빌리다
phòng đơn	싱글룸
phòng đôi	더블룸
đô la (USD)	US 달러
một đêm	한 밤
bao gồm	포함하다
có thể…	… 할 수 있다
giảm giá	할인하다
hiện (nay)	현재
mùa du lịch	관광계절 (성수기)
thông cảm	양해하다
thanh toán	계산하다
bằng	…(으)로
thẻ tín dụng	신용카드
đầy đủ	충분하다
số thẻ	카드번호
nhận phòng	방을 받다
trả phòng	방을 반납하다
đặt phòng	방을 예약하다
hộ chiếu	여권
xác nhận	확인하다

III GIẢI THÍCH NGỮ PHÁP

1 ······ạ: Sử dụng cuối câu hỏi hoặc câu trả lời để câu nói lịch sự hơn.
(예의있는 표현을 위해 의문문이나 대답의 끝에 사용한다.)

Ví dụ:

a) Anh có xe đạp không?
   - Dạ có, tôi có xe đạp ạ!
b) Anh tên gì ạ?
   - Tôi tên là Nam.

2 Cấu trúc của câu hỏi: "chủ ngữ + vị ngữ (động từ) + tân ngữ (danh từ) + được không?: dùng để hỏi về năng lực, khả năng của người nghe.
(듣는 사람의 능력이나 가능성을 물을 때 사용한다.)

Ví dụ:

a) Anh uống bia được không?
b) Cô nói tiếng Việt được không?

Trả lời:

Khẳng định:

a) Dạ được (vâng, được). Tôi uống bia được.
b) Dạ được (vâng, được). Tôi nói tiếng Việt được.

Phủ định:

a) Dạ không được. Tôi không uống bia được.
b) Dạ không được. Tôi không nói tiếng Việt được.

3 Chúng ta dùng câu hỏi có "····từ ngày mấy đến ngày mấy" để hỏi về một quãng thời gian. (~부터 ~까지의 일정한 시간을 물을 때 사용한다.)

Ví dụ:

HỎI: Anh đến Việt Nam từ ngày mấy đến ngày mấy?
↓
ĐÁP: Tôi đến Việt Nam từ ngày 12 đến ngày 25 tháng 3.

※ Lưu ý: Chúng ta có thể dùng "···từ ngày nào đến ngày nào?" giống như "···từ ngày mấy đến ngày mấy?". Ví dụ:

HỎI: Anh đến Việt Nam từ ngày nào đến ngày nào?
ĐÁP: Tôi đến Việt Nam từ ngày 12 đến ngày 25 tháng 3.

IV LUYỆN TẬP

1 Thực tập đọc các số (숫자 읽으시오)

0 = không

100 = một trăm   110 = một trăm mười
101 = một trăm lẻ một   111 = một trăm mười một
102 = một trăm lẻ hai…   112 = một trăm mười hai…
105 = một trăm lẻ năm   115 = một trăm mười lăm
120 = một trăm hai mươi   121 = một trăm hai mươi mốt

150 = một trăm năm mươi   155 = một trăm năm mươi lăm
200 = hai trăm…   201 = hai trăm lẻ một…
500 = năm trăm   999 = chín trăm chín mươi chín
1000 = một ngàn   1100 = một ngàn một trăm
1001 = một ngàn không trăm lẻ một 1101 = một ngàn một trăm lẻ một
2000 = hai ngàn   10 000 = mười ngàn

2 Đọc và viết các số sau (아래의 숫자를 읽고 쓰시오)

Ví dụ: 565 = năm trăm sáu mươi lăm

a)
   867 = _____

b)
   321 = _____

c)
   202 = _____

d)
   955 = _____

e)
   1011 = _____

f)
   2321 = _____

g)
   4002 = _____

h)
   5555 = _____

i)
   4047 = _____

j)
   10 991 = _____

3 Viết số (숫자를 쓰시오)

Ví dụ: hai trăm lẻ tám → 208

bảy ngàn ba trăm bốn mươi hai → _____

một ngàn năm trăm sáu mươi sáu → _____

ba trăm tám mươi chín → _____

năm trăm lẻ năm → _____

một ngàn không trăm mười lăm → _____

tám ngàn bốn trăm năm mươi lăm → _____

4 Đặt câu hỏi và trả lời theo thông tin dưới đây (아래의 정보에 따라 묻고 답하시오)

Ví dụ:

Anh Park/lái xe → Anh Park lái xe được không?
→ Dạ được. Anh Park lái xe được.

a) Anh Bình/ nói tiếng Anh → _____?
Dạ không được _____

b) Ông Nam/ chơi bóng bàn → _____?
Dạ được _____

c) Anh/ sử dụng máy vi tính → _____?
Dạ được _____

d) Cô Lee/ chạy xe máy → _____?
Dạ không được _____

e) Anh Kim/ làm việc ở Việt Nam → _____?
Dạ được _____

BÀI ĐỌC

Đây là nhật ký của cô Park:

"Tôi đến Việt Nam từ ngày mồng 1 đến ngày 20 tháng 3. Tôi sống ở Hà Nội từ ngày mồng 1 đến ngày mồng 7. Tôi thuê một phòng ở khách sạn Hồ Tây. Tôi thuê một phòng đơn, 700 000 đồng một ngày. Tôi chạy xe máy được cho nên tôi thuê một xe máy, 100 000 đồng một ngày. Tôi sống ở thành phố Hồ Chí Minh từ ngày 8 đến ngày 20. Tôi sống ở nhà của cô Hong. Nhà của cô Hong rất đẹp. Hiện nay, thành phố Hồ Chí Minh nóng hơn Hà Nội. Ngày 21, tôi trở về Hàn Quốc"

Từ vựng:

- **nhật ký:** 일기
- **cho nên:** 그래서
- **hiện nay:** 요즈음
- **nóng:** 덥다
- **hơn:** ~보다/더
- **trở về:** 돌아가다 (오다)

- Thực tập đặt câu hỏi và trả lời theo bài đọc:

  Ví dụ:

  Cô Park đến Việt Nam từ ngày mấy đến ngày mấy?

  → Cô Park đến Việt Nam từ ngày 1 đến ngày 20 tháng 3.

  a) _____?
  → _____
  b) _____?
  → _____
  c) _____?
  → _____
  d) _____?
  → _____
  e) _____?
  → _____
  f) _____?
  → _____
  g) _____?
  → _____
  h) _____?
  → _____

심화학습 (작문청취)

1 Đặt câu theo ngữ pháp – 작문을 하시오.

1.1. _____ ạ 예의있는 표현을 위해서 문장끝에 나타난다.

VD: Tên cháu là gì?   - Dạ, tên cháu là Nam ạ.
     Em ăn gì?   - Dạ, em ăn cơm ạ.
     Thầy có khỏe không ạ?   - Cảm ơn em. Tôi khỏe.

누가 사장님이십니까?   _____
여러분, 누가 가실 겁니까?   _____
이 책이 누구의 것입니까?   _____
사장님은 베트남에 가 계십니다. _____

1.2. _____ **được không?** _____ **được** _____ **không?**

- 청자의 능력이나 가능성에 대해서 물을 때 사용하는 의문사.
- 청자의 허락을 구하기 위해서 사용하는 의문사.

Ví dụ: Anh uống bia được không?
        - Dạ, được. Tôi uống bia được. (긍정)
        - Dạ, không được. Tôi không uống bia được. (부정)

        Anh nói tiếng Hàn được không? = Anh nói được tiếng Hàn không?
        - Dạ, được. Tôi nói được tiếng Hàn.
        - Dạ, không được. Tôi không nói được tiếng Hàn. (부정)

        Tôi dùng cái này được không?   - Được. Anh dùng đi.
        Tôi đi cùng anh được không?   - Vâng. Vậy chúng ta cùng đi.
        Anh nói chậm lại được không?   - Vâng. Được.
        Anh mua giúp tôi 1kg cam được không? - Vâng. Được.
        영어를 할 줄 아세요?   - 네, 알아요.
        제품을 먼저 보여 줄 수 있어요?   - 네, 물론이지요.
        당신을 만나서 이야기를 할 수 있나요?   - 안 됩니다. 제가 약속이 있어요.
        당신 집에 놀러 가도 돼요?   - 네. 시간이 있으면 놀러 오세요.

1.3. Cách nói ngày tháng.

1. 01일부터 10일까지 mồng (mùng)
   날짜 앞에 쓰인다.
   - ngày mồng 1, ngày mồng 2….

2. 11일부터 - 31일까지 mồng (mùng) 없이 말한다.
   - ngày 11, ngày 12….
3. ngày 15 = ngày rằm (보름).
   ngày 30 (삼십일).
4. tháng 1 = Tháng giêng (정월)
   tháng 2, tháng 3, ….
   Tháng 4 ⇒ tháng tư.
   tháng 12 = tháng chạp (섣달)

며칠부터 며칠까지 _____?
_____ **từ** ngày mấy **đến** ngày mấy?
_____ **từ** ngày nào **đến** ngày nào?
_____ **từ** hôm nào **đến** hôm nào?

Ví dụ: Anh học tiếng Việt từ ngày mấy đến ngày mấy?
- Tôi học từ ngày mồng 6 tháng 12 năm 2012 đến ngày 14 tháng 2 năm 2013.
Anh sang Việt Nam từ ngày nào đến ngày nào?
- Tôi sang Việt Nam từ ngày mồng 5 tháng 1 đến ngày 15 tháng 1.
Anh đi công tác từ ngày mấy đến ngày mấy?
- Tôi đi công tác từ ngày mồng 10 đến ngày 16.

2 Nghe và điền từ vào chỗ trống

2.1. 🎧

Tiếp tân   : A lô! Khách sạn Empress _____.
Anh Kim   : A lô. Tôi muốn _____ một phòng đơn. Bên chị còn _____ không?
Tiếp tân   : Dạ, còn. Anh _____ từ ngày nào đến ngày nào ạ?
Anh Kim   : Tôi muốn ở _____ 6 _____ 12.
           Chị cho hỏi _____ bao nhiêu?
Tiếp tân   : Thưa anh _____ là 45 đô la một đêm.
Anh Kim   : Giá _____ hơi mắc.
           Tôi ở _____ mà không giảm giá à?
Tiếp Tân   : Xin lỗi anh, hiện _____ mùa du lịch (성수기)
           nên giá phòng _____, mong anh thông cảm ạ.

Anh Kim   : Tôi _____ rồi. Vậy chị cho đặt _____ nhé.

Tiếp Tân   : Ngày mồng 6, sau 12 giờ _____ anh có thể check - in ạ.

Anh Kim   : Cảm ơn chị. Ngày đó khoảng _____ tôi sẽ đến nơi.

Tiếp Tân   : Cám ơn anh. Chào anh.

2.2. 🎧

Nga   : Chào anh. Em muốn _____ xe máy.

Chủ xe : Em muốn lấy _____? Xe ga hay xe số?

Nga   : Xe ga _____ một ngày?

Chủ xe : Xe ga _____ đồng một ngày.
Xe số _____, 80 nghìn đồng một ngày.

Nga   : Cho em _____ cái xe tay ga này.

Chủ xe : Em thuê _____?

Nga   : Em thuê _____ ngày.
Từ ngày mồng _____ đến ngày mồng _____.

Chủ xe : Em cho anh cái chứng minh thư _____.

Nga   : Dạ, đây ạ. Cảm ơn anh.

2.3. 🎧

1. Tôi muốn _____ từ ngày 20 đến ngày 23.

2. Chị ấy đi Huế từ ngày _____ đến ngày _____.

3. Anh ấy _____ từ ngày mồng 2 đến ngày mồng 5.

4. Anh ấy _____ từ ngày mồng 10 đến ngày 17.

5. Lần này tôi sang Việt Nam từ ngày _____ đến ngày _____.

6. Vợ chồng anh ấy _____ Châu Âu 1 tuần từ ngày _____ đến ngày _____.

7. _____ lần này diễn ra trong 3 ngày từ ngày _____ đến _____.

8. Tôi mới _____ Việt nam từ ngày _____ đến ngày _____ tháng 12.

9. Công ty tôi mới _____ hội chợ triển lãm từ ngày _____ đến ngày _____ tháng 12.

10. Máy tính của tôi phải đem đi bảo hành từ ngày _____ đến ngày _____.

2.4. 🎧

A Choi : A lô! Khách sạn Sài Gòn _____?

Lễ tân : Dạ, đúng ạ. Xin lỗi, em có thể _____ cho anh?

A Choi : Khách sạn em còn _____ không? Tôi muốn đặt 2 _____.

Lễ tân : Dạ, còn ạ. Anh muốn ở _____ ạ?

A Choi : Tôi muốn ở _____ đêm, từ đêm mồng _____ đến hết đêm ngày mồng _____.

A Choi : Giá phòng _____ thế nào em?

Lễ tân : Dạ, phòng đơn _____ đô la một đêm ạ.

A Choi : Vậy em _____ cho tôi 2 phòng yên tĩnh ở phía trong nhé.

Lễ tân : Dạ, _____ anh ạ.

A Choi : Ngày mồng 6 _____ tôi check in được nhỉ?

Lễ tân : Dạ, check in sau _____ trưa còn check out trước 12 _____ ạ.

A Choi : Cảm ơn em.

Lễ tân : Cảm ơn anh. Chào anh.

3 Dùng từ cho sẵn để viết câu - 단어를 사용해서 문장 완성

3.1. Chọn từ thích hợp điền vào chỗ trống.

| từ ___ đến | đang | một tuần | đi công tác | hội chợ triển lãm |

Tuần trước tôi mới đi công tác Việt nam _____. Tôi đến Việt Nam _____ ngày 16 _____ ngày 22 tháng 12. Tôi _____ Việt Nam vì công ty tôi mới tham gia hội chợ triển lãm tại Hà Nội trong ba ngày từ ngày 19 đến ngày 21. Những ngày đó tôi ở tại khách sạn Daewoo. Thời gian này, Hà Nội _____ là mùa đông, trời rất lạnh. Sau khi xong _____, ngày 22 tôi về Hàn Quốc.

3.2. Dùng cấu trúc "_____ được không?" đặt câu hỏi cho những câu trả lời sau.

("_____ được không?"를 사용하여 아래의 답에 질문을 하시오)

1. _____?
   - Được. Chúng ta gặp nhau ở quán cà phê đi.

2. _____?
   - Được. Anh cứ dùng đi.

3. _____?
   - Không. Cái này không tốt. Anh đừng mua.

4. _____?
   - Vâng. Anh nói đi.

5. _____?
   - Không. Tôi không thể nói cho anh được.

3.3. Dịch các câu sau sang tiếng Việt. (베트남어로 쓰시오)

1. 나는 대우호텔에 11일부터 15일까지 있었습니다.
2. 이번 겨울방학에는 1월 10일부터 20일까지 호치민에 갈겁니다.
3. 이번 휴가에는 일요일부터 화요일까지 집에 가 있을겁니다.
4. 이 방을 며칠부터 며칠까지 빌렸어요?
5. 세미나가 며칠부터 며칠까지 있습니까?
6. 술을 마시고 운전해도 됩니까?
7. 내가 사장님을 만나도 됩니까?
8. 거기에 안 가도 됩니까?
9. 내가 말을 안 해도 됩니까?
10. 오늘 저녁에 같이 식사해도 됩니까?

4 Luyện tập nói

다음 문장을 응용하여 자신의 상황을 말해 보시오.

TẬP ĐOÀN LOTTE

Tập đoàn Lotte do ông Shin Kyeok Ho thành lập ở Nhật năm 1944.

Lúc đầu Lotte là một công ty kinh doanh xà phòng và chất tẩy rửa (커팅오일을 제조회사).

Sau đó, công ty dần phát triển và nổi tiếng trong lĩnh vực kinh doanh thực phẩm.

Năm 1967, công ty bánh kẹo Lotte được thành lập tại Hàn Quốc.

Sau khi thành lập, công ty đã phát triển trên nhiều lĩnh vực và đa dạng hóa các ngành nghề kinh doanh.

Hiện nay, Lotte là tập đoàn lớn thứ 5 tại Hàn Quốc.

Tập đoàn Lotte có hơn 70 công ty nhỏ hoạt động trên nhiều lĩnh vực như xây dựng, du lịch, thực phẩm, kinh doanh khách sạn...

Tập đoàn Lotte tại Hàn Quốc có khoảng 69 nghìn nhân viên.

Tập đoàn Lotte đang phấn đấu đến năm 2018 trở thành 1 trong 10 tập đoàn lớn của Châu Á.

Đọc bài khóa và trả lời câu hỏi.

1. Tập đoàn Lotte được thành lập ở đâu?
2. Tập đoàn Lotte được thành lập năm nào?
3. Ai là người thành lập (sáng lập) ra tập đoàn Lotte?
4. Lúc đầu, tập đoàn Lotte sản xuất và kinh doanh mặt hàng (sản phẩm) gì?
5. Tập đoàn Lotte thành lập công ty bánh kẹo ở Hàn Quốc năm nào?
6. Hiện nay, Lotte là tập đoàn lớn thứ mấy tại Hàn Quốc?
7. Tập đoàn Lotte hiện có bao nhiêu công ty thành viên (công ty nhỏ)?
8. Tập đoàn Lotte hoạt động kinh doanh trên những lĩnh vực nào?
9. Hiện nay, tập đoàn Lotte có khoảng bao nhiêu nghìn nhân viên?
10. Mục tiêu của tập đoàn Lotte đến năm 2018 (trong năm năm) là gì?

BÀI 10 »» Ở TIỆM CÀ PHÊ

I HỘI THOẠI

1. *Người phục vụ* : Anh uống gì?
   Anh Bình : (xem thực đơn)
                 Cho tôi một ly cà phê sữa đá. Cô Lee uống gì?
   Cô Lee : Ở đây có những loại sinh tố gì hả em?
   Người phục vụ : Dạ, ở đây chúng em có sinh tố dâu, xoài, chuối và có cả một số loại nước ép trái cây như: nước ép dưa hấu, nước ép cà rốt, cam vắt và táo ép ạ. Chị dùng gì ạ?
   Cô Lee : Em ơi, sinh tố và nước ép trái cây khác nhau thế nào?
   Người phục vụ : Dạ, sinh tố là trái cây xay nhuyễn còn nước ép trái cây thì chỉ lấy nước và bỏ bã đi.
   Cô Lee : Vậy em cho chị một ly cam vắt nhé.
   Người phục vụ : Chị có dùng đá không ạ?
   Cô Lee : Dạ không, xin đừng cho đá!

2. *Cô Lee* : Nước cam vắt ngon quá!
   Anh Bình : Thế à!
   Cô Lee : Tôi thích nước cam vắt. Nước cam vắt ngon hơn nước ép dưa hấu.
   Anh Bình : Còn tôi, tôi thích cà phê. Đặc biệt là cà phê sữa đá.
                 Cà phê sữa đá ngon hơn cà phê đen.
   Cô Lee : Tôi không thích cà phê. Tôi cũng không thích trà đá.
   Anh Bình : (gọi người phục vụ) Anh ơi, tính tiền! Bao nhiêu ạ?
   Người phục vụ : Dạ, tất cả là 100 000 đồng.
   Cô Lee : Cà phê ở Việt Nam rẻ hơn cà phê ở Hàn Quốc.

II TỪ VỰNG

tiệm (quán) cà phê   커피숍
uống   마시다
xem   보다
thực đơn   메뉴(식단)

ly	잔(종별사)
cà phê đá	아이스커피
nước dừa	코코넛 즙
sinh tố dâu	딸기 쥬스
sinh tố xoài	망고 쥬스
sinh tố chuối	바나나 쥬스
nước ép	생과일을 짜서 만든 즙
nước ép trái cây	생과일 즙
nước ép dưa hấu	수박 즙
nước ép cà rốt	당근 즙
nước cam vắt	오렌지 즙
nước táo ép	사과 즙
xay nhuyễn	곱게 갈다
bã	찌꺼기
đá	얼음
xin đừng…	~넣지 마세요
cho (đá): "cho" là động từ, có nghĩa là "bỏ vào"	cho는 동사로 (얼음을) 넣다.
ngon	맛있다.
thế à!	그래요
đặc biệt	특별이
cà phê sữa đá	아이스 밀크커피
gọi	부르다.
tính tiền	계산하다
tất cả	모두
rẻ	싸다.

III GIẢI THÍCH NGỮ PHÁP

1 Câu hỏi có từ "gì?" (xem mục 2, giải thích ngữ pháp, bài 3)
gì의 의문문 (**3과 2** 항 참조)

Ví dụ:

a) Anh học ***gì***?

   Tôi học ***tiếng Việt***.

b) Anh Kim xem ***gì***?

   Anh Kim xem ***ti vi***.

c) Cô Lan đọc ***gì***?

   Cô Lan đọc ***sách***.

Tuy nhiên, khi một người hỏi chúng ta:

- Anh **uống gì**?

- Cô **ăn gì**?

- Anh **dùng gì**?

Chúng ta phải trả lời: - *Cho tôi* một ly cà phê đá.

　　　　　　　　　　　 - *Cho tôi* một tô phở.

→ *"Cho tôi…"* Là cách đề nghị lịch sự.

2 Khi đề nghị, yêu cầu người khác không nên làm một việc gì đó, chúng ta phải dùng "Xin đừng + động từ…"

어떠한 일을 하지 않도록 제의하거나 요구할 때

Ví dụ:

- *Xin đừng* hút thuốc.

- *Xin đừng* mở cửa.

3 Cấu trúc câu so sánh: (비교급)

Trong tiếng Việt, có 3 cách so sánh: *so sánh bằng, so sánh hơn, so sánh nhất.*

3.1. *So sánh bằng*: (동등비교)

Ví dụ:

　　Anh Nam cao **BẰNG** tôi. (Nam씨는 키가 나와 같다.)

Hoặc:

　　Anh Nam cao **NHƯ** tôi. (Nam씨는 키가 나와 같다.)

Mô hình câu:

> A + tính từ + BẰNG (hoặc NHƯ) + B

3.2. *So sánh hơn*: (우등비교)

Ví dụ:

　　Cô Lan đẹp **HƠN** cô Thu. (Lan양은 Thu양보다 아름답다.)

Mô hình câu:

> A + tính từ + HƠN + B

3.3. *So sánh nhất*: (최상급)

Ví dụ:

　　Cô Thu cao. Cô Lan cao hơn cô Thu. Cô Hoà cao **NHẤT**. (Hoà 양이 가장 크다.)

Mô hình câu:

> A + tính từ + NHẤT

IV LUYỆN TẬP

1 Đọc thực đơn và thực tập hỏi, trả lời (메뉴를 보고 묻고 답하시오)

```
Quán cà phê THANH NIÊN
    Số 3 đường Bạch Vân, Quận 8
              THỰC ĐƠN (MENU)

Cà phê đen              30 000đ/ ly
Cà phê đá               35 000đ/ ly
Cà phê sữa              35 000đ/ ly
Cà phê sữa đá           40 000đ/ ly
Chanh đá                35 000đ/ ly
Nước cam                35 000 đ/ ly
Dừa                     30 000 đ/ trái
Kem ly                  35 000đ/ ly
Coca Cola               20 000đ / lon
Pepsi                   20 000đ/ chai
Bia Tiger               25 000đ/ chai
Bia 333                 25 000đ/ lon
```

a) Thực tập đặt câu hỏi và trả lời theo thực đơn

Sinh viên 1:	Anh uống gì?
Sinh viên 2:	Cho tôi _____. Ở đây có _____.
Sinh viên 1:	Cho tôi _____. Anh ơi, tính tiền!
Sinh viên 1:	Tất cả là _____.

b) Đặt câu hỏi và trả lời câu hỏi theo thực đơn

Sinh viên 1:	Bao nhiêu tiền một ly cà phê đen?
Sinh viên 2:	_____.

2 Sử dụng "Xin đừng………" để đặt câu trong các trường hợp sau ("Xin đừng..."를 사용하여 작문하시오)

a) Yêu cầu anh Bình không hút thuốc trong căn-tin:

→ ***Xin đừng hút thuốc!***

b) Đề nghị người phục vụ không cho đá vào nước dừa:
   → _____

c) Đề nghị cô Lee không mở ti vi.
   → _____

d) Yêu cầu anh Minh không đóng cửa:
   → _____

e) Yêu cầu cô Lan không sử dụng máy vi tính:
   → _____

3 Đặt câu so sánh (비교)

a) Cô Lan cao 1,60m.   → Cô Lan _____
   Cô Lee cao 1,60m.

b) Cà phê đen 3000đ/ly.   → Cà phê đen _____
   Cà phê đá 5000đ/ly.

c) Coca Cola 15 000đ/lon.   → Coca Cola _____
   Pepsi 13 000đ/chai.

d) Anh Bình nặng 65kg.   → Anh Park _____
   Anh Sơn nặng 70kg.
   Anh Park nặng 75kg.

đ) Từ điển Việt - Hàn giá 100 000đ. → Từ điển Việt - Anh. _____
   Từ điển Việt - Anh giá 120 000đ.

4 Đặt câu so sánh bằng, so sánh hơn, so sánh nhất theo các từ đã cho
(비교, 최상급)

Ví dụ:

cao → - Anh Bình cao bằng (như) anh Nam.
        - Anh Bình cao hơn anh Nam.
        - Anh Bình cao nhất.

| đẹp | rẻ | mắc | cao | mới |
| cũ | lạnh | nóng| vui | trẻ |

BÀI ĐỌC

Ở Hà Nội và thành phố Hồ Chí Minh có nhiều tiệm cà phê. Người Việt Nam thích uống cà phê. Người Việt Nam thường uống cà phê vào buổi sáng.

Tiệm cà phê ở thành phố Hồ Chí Minh có hai loại: tiệm cà phê bình dân và tiệm cà phê sang trọng.

Ở tiệm cà phê bình dân, giá rẻ. Ở các tiệm cà phê sang trọng giá mắc hơn. Người Việt Nam thích uống cà phê, nước dừa, Coca Cola, bia có đá.

Tiệm cà phê thường mở cửa lúc 6:00 sáng và đóng cửa vào lúc 10:00 tối.

Từ vựng:

thích: 좋아하다
bình dân: 일반(보통)
sang trọng: 깨끗하다
giá: 가격
mắc: 비싸다
mở cửa: 문을 열다
đóng cửa: 문을 닫다

Sinh viên đặt câu hỏi và trả lời theo bài đọc

a) Ở Hà Nội và thành phố Hồ Chí Minh có nhiều tiệm cà phê không?
 - Dạ có, ở Hà Nội và thành phố Hồ Chí Minh có nhiều tiệm cà phê.

b) Người Việt Nam thích uống gì?
 - _____.

c) _____?
 - _____.

d) _____?
 - _____.

f) _____?
 - _____.

g) _____?
 - _____

심화학습 (작문청취)

1 **Đặt câu theo ngữ pháp** (문법에 따라 작문하시오)

1.1. _____ **gì?** 무엇 의문사

Anh đang làm *gì*?   - Tôi đang làm bài tập.
Anh ăn *gì*?   - Tôi ăn phở bò.
Anh uống *gì*?   - Tôi uống cà phê đen nóng.
Cô ấy đọc sách *gì*?   - Cô ấy đọc sách tiếng Việt.

* **Khi vào quán ăn, quán cà phê:**

Anh uống *gì*?   - Cho tôi⋯
Anh dùng *gì*?   - Em cho anh⋯
Anh gọi *gì* ạ?   - Chị cho⋯

1.2. **Đề nghị ai đừng làm gì** (누구에게 무엇인가 하지 말도록 제의)

Xin đừng hút thuốc.
Xin đừng giẫm lên cỏ.
Đừng có đánh nhau.
Đừng có hiểu lầm.
Đừng có đến muộn.

1.3. **So sánh bằng, hơn, nhất**

+ **So sánh bằng:** dùng các từ: 'bằng', 'như' sau động từ, tính từ.
동등비교: 동사나 형용사 뒤에 'bằng', 'như'를 사용한다.

> **N + tính từ, động từ + bằng; như + N**

Anh Nam cao *bằng* anh Hùng.
Công việc tháng này cũng nhiều *như* tháng trước vậy.
Anh ấy nói chuyện *như* giám đốc vậy.
Lượng hàng sản xuất tháng này *bằng* lượng hàng đã sản xuất tháng trước.
Cô ấy đẹp *như* diễn viên ấy.
Hai cái này nặng *như* nhau.

+ **So sánh hơn:** dùng từ 'hơn' sau động từ, tính từ.
우등비교: 동사나 형용사 뒤에 'hơn'을 사용한다.

> **N+ động từ, tính từ + hơn + N**

Cái này đẹp *hơn* cái kia.
Anh Park cao *hơn* tôi.
Tiếng Hàn khó *hơn* tiếng Việt.
Hàn Quốc phát triển *hơn* Việt Nam.
Nó ăn nhiều *hơn* tôi.
베트남은 한국보다 면적이 더 크다.
이 회사가 그 회사보다 더 크다.
이 제품은 저 제품보다 더 잘 팔린다.
이 제품 생산은 저 제품을 생산하는 것보다 경비가 더 들었다
(톤 nhiều kinh phí).

+ **So sánh nhất:** Dùng từ '**nhất**' sau động từ, tính từ.
  최상급비교: 동사나 형용사 뒤에 'nhất'을 사용한다.

> N + động từ, tính từ + nhất

Anh Nam thông minh *nhất* lớp.
Trong số nhân viên, cô ấy làm nhanh *nhất*.
Ở công ty tôi, anh ấy khó tính *nhất*.
Tôi thích cái áo này *nhất*.
우리 집이 *제일* 편하다.
오늘 *제일* 춥다.
우리 집에는 우리 아빠의 성격이 *제일* 까다롭다.
나는 이 가방을 *제일* 좋아한다.
나에게 베트남어가 *제일* 쉽다.

Dùng các tính từ sau đây để nói các cấp độ so sánh

đẹp	: 예쁘다	xấu	: 나쁘다, 못 생기다	đắt	: 비싸다
rẻ	: 싸다	lạnh	: 춥다; 차갑다; 차다	nóng	: 덥다; 뜨겁다
cao	: 높다; 키가 크다	thấp	: 낮다; 키가 작다	ngon	: 맛있다
vui	: 기쁘다; 즐겁다	buồn	: 슬프다	khó	: 어렵다
dễ	: 쉽다	nặng	: 무겁다	nhẹ	: 가볍다
đẹp trai	잘생기다	xinh gái	: 예쁘다		

2 Nghe và điền từ vào chỗ trống

2.1. 🎧

A Lim   : Em ơi, cho anh _____ thực đơn.
Nhân viên : Dạ, đây ạ. Xin lỗi, anh _____ gì ạ?
A Lim   : Cho anh một _____.

	Anh Park _____ gì?
A Park	: Cho tôi một _____ .
Nhân viên	: Anh có dùng _____ không ạ?
A Park	: Không. Xin đừng _____ đá.

2.2. 🎧

A Lim	: Anh Park không _____ cà phê à?
A Park	: Vâng. Tôi không _____ uống cà phê. Nhưng tôi thấy cà phê của Việt Nam _____ cà phê của Hàn Quốc.
A Lim	: Cà phê của Việt Nam _____ .
A Park	: Tôi thích _____ nước ép trái cây _____ uống cà phê.
A Lim	: Việt Nam là vùng nhiệt đới nên có rất nhiều _____ . Uống nước ép trái cây _____ cho sức khỏe.

2.3. 🎧

A Park	: Nghe nói, Việt Nam là nước _____ cà phê lớn nhất thế giới phải không?
A Hùng	: Không phải. Việt Nam là _____ xuất khẩu cà phê lớn _____ thế giới.
A Park	: Cà phê nào của Việt Nam _____ nhất?
A Hùng	: Việt Nam có _____ cà phê nhưng nổi tiếng nhất là cà phê Trung Nguyên.
A Park	: Vậy cà phê Trung Nguyên là _____ phải không?
A Hùng	: Nghe nói, ở Việt Nam có cà phê Chồn là ngon nhất và cũng _____ .
A Park	: Cà phê Chồn _____ ?
A Hùng	: Là cà phê do con chồn _____ trái cà phê rồi thải ra _____ cà phê không tiêu hóa được. Người ta lấy hạt đó _____ cà phê và gọi là cà phê Chồn.
A Park	: Vậy chắc _____ nhỉ?
A Hùng	: Vâng. Nghe nói, 1 kg cà phê chồn _____ 3000 đô la.
A Park	: Ồ! Sao _____ vậy.

2.4. 🎧

A Gong	: Em ơi, cho anh xem _____ .
Nhân viên	: Dạ, thực đơn đây ạ. Các anh _____ ạ?
A Gong	: Cho tôi một suất _____ . Anh Choi _____ gì?
A Choi	: Em cho anh một bát _____ và một _____ nem rán hải sản nhé.

Đừng _____ rau thơm vào phở nhé. Anh không ăn _____.
Nhân Viên : Các anh có _____ không ạ?
A Gong : Cho bọn anh 2 lon bia Heiniken.

A Gong : Tôi thích ăn _____. Bún chả có vị _____ Kuksu của Hàn Quốc.
A Choi : Thế à. Tôi thì _____ phở bò. Nhưng tôi _____ ăn rau thơm.
A Gong : Nhưng phở phải có _____ thì mới ngon và đúng vị phở của Việt Nam.
A Choi : Vâng. Nhưng tôi ăn rau thơm _____ quen.

A Gong : Em ơi _____ tiền. Hết _____ em?
Nhân viên : Dạ, của các anh _____ nghìn đồng ạ.
A Gong : Cảm ơn em.

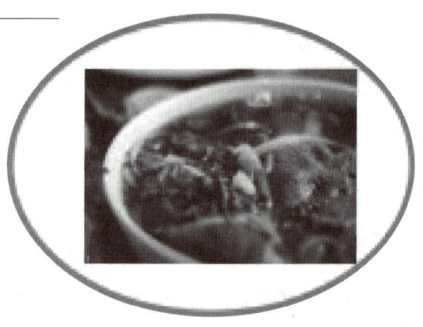

3 Viết – 쓰기

3.1. Nhìn thực đơn, viết hội thoại và nói theo mẫu (메뉴를 보고 보기에 따라 묻고 답하시오)

a. Tại quán cà phê (카페에서)

Anh Kim uống gì?
Tôi uống cà phê sữa nóng.

beard papa's
fresh'n natural cream puffs

Drink List

Trà Nhật nóng/đá	10.000 VNĐ
Japanese Tea	
Café nóng/đá	20.000 VNĐ
Hot Coffee/Ice Coffee	
Café sữa nóng/đá	23.000 VNĐ
Coffee with sweet condensed Milk (hot/ice)	
Nước suối	10.000 VNĐ
Mineral Water	
Nước ngọt các loại	15.000 VNĐ
(Pepsi/Pepsi diet/7up/Twister)	
Sinh tố dâu	31.000 VNĐ
(Strawberry shake)	
Sinh tố xoài	30.000 VNĐ
(Mango shake)	
Sinh tố chuối	25.000 VNĐ
(Banana shake)	
Cam vắt/táo ép	31.000 VNĐ
Orange Juice, Apple Juice	
Nước ép trái cây	
(dưa hấu, cà rốt, thơm)	28.000 VNĐ
Fresh Fruit Juice (water melon/carrot/pineapple)	
Yoghurt đá	22.000 VNĐ
Ice yoghurt	
Yoghurt Trái cây dầm	27.000 VNĐ
Yoghurt with Fresh fruit	
Nước dừa tươi	25.000 VNĐ
Fresh Coconut	
Milk shake	38.000 VNĐ
(Vanilla/Strawberry/Chocolate)	

b. Tại nhà hàng (식당에서)

Các anh dùng gì ạ?

- Cho anh cơm chiên bò lúc lắc.

3.2. Dùng các từ chỉ cấp độ so sánh "như", "hơn" để viết các câu sau.
(비교급을 나타내는 단어를 상용하여 작문하시오)

1. Em trai tôi / thông minh / tôi
   _____

2. Anh ấy / đẹp trai / anh trai tôi
   _____

3. Hôm nay / lạnh / hôm qua
   _____

4. Tháng này / nóng / tháng trước
   _____

5. Mùa đông năm nay / lạnh / mùa đông năm trước
   _____

6. Giá cả sinh hoạt ở Hàn Quốc / đắt / giá cả sinh hoạt ở Việt Nam
   _____

7. Tiếng Việt / khó / tiếng Hàn
   _____

8. Công ty này / lớn / công ty kia
   _____

9. Trưởng phòng / khó tính / giám đốc
   _____

10. Việc ở đây / nhiều / việc ở dưới xưởng
    _____

4 Nói – 말하기

CÔNG TY ĐIỆN TỬ SAM SUNG VIỆT NAM

Công ty Điện tử Sam Sung Việt Nam được thành lập năm 2008. Nhà máy sản xuất điện thoại đầu tiên của công ty Điện tử Sam Sung Việt Nam được xây dựng năm 2009 tại khu công nghiệp Yên Phong, tỉnh Bắc Ninh. Diện tích của nhà máy khoảng 450 nghìn m^2 (mét vuông). Nhà máy thứ hai mới được xây dựng năm 2014 tại khu công nghiệp Yên Bình, tỉnh Thái Nguyên.

Nhân viên của công ty Điện tử Sam Sung Việt Nam khoảng 100 nghìn người. Nhà máy sản xuất điện thoại ở Việt Nam là nhà máy lớn nhất của tập đoàn Sam Sung trên thế giới. Mỗi năm, công ty Điện tử Sam Sung Việt Nam sản xuất khoảng 150 triệu chiếc điện thoại. Sản phẩm của công ty Điện tử Sam Sung Việt Nam chủ yếu xuất khẩu sang Mỹ và Châu Âu.

Lý do để tập đoàn Sam Sung đầu tư vào Việt Nam là vì: Thứ nhất, chính phủ Việt Nam có ưu đãi về thuế (miễn thuế 4 năm đầu, 15 năm sau mức thuế là 10%). Thứ hai, chính phủ Việt Nam giúp đỡ công ty trong việc thuê mặt bằng sản xuất. Thứ ba, Việt Nam có nguồn nhân công dồi dào, giá thuê nhân công rẻ, hơn nữa nhân công Việt Nam chăm chỉ làm việc. Thứ tư, Việt Nam có vị trí thuận lợi cho xuất khẩu hàng hóa đi nước ngoài.

Hiện nay, giám đốc của công ty Điện tử Sam Sung Việt Nam là ông _____.

Trả lời câu hỏi (물음에 답하시오)

1. Công ty Điện tử Sam Sung Việt Nam được thành lập năm nào?
2. Ở Việt Nam, công ty Điện tử Sam Sung Việt Nam có mấy nhà máy sản xuất điện thoại?
3. Nhà máy của công ty Điện tử Sam Sung Việt Nam được xây dựng năm nào? Ở đâu?
4. Công ty Điện tử Sam Sung Việt Nam có bao nhiêu công nhân?
5. Công ty Điện tử Sam Sung Việt Nam chủ yếu xuất khẩu sản phẩm đi đâu?
6. Tại sao tập đoàn Sam Sung lại đầu tư tại Việt Nam?

BÀI 11 >>> Ở QUÁN ĂN

I HỘI THOẠI

1. **Cô Lan**	: A lô, chị Lee phải không?
Cô Lee	: Lee đây, chào Lan.
Cô Lan	: Bây giờ chị đang làm gì?
Cô Lee	: Tôi đang xem ti vi.
Cô Lan	: Chúng ta đi ăn gì đó đi!
Cô Lee	: Vậy Lan thích ăn gì?
Cô Lan	: Tự nhiên em thèm ăn chả cá quá. Chị Lee ăn chả cá Lã Vọng lần nào chưa?
Cô Lee	: Tôi chưa ăn lần nào cả. Chả cá có ngon không?
Cô Lan	: Ô, rất ngon. Chả cá là một món ăn đặc sản của Hà Nội.
2. *Người phục vụ*	: Chị dùng gì?
Cô Lan	: Chờ một chút. Chị Lee chọn món ăn đi!
Cô Lee	: (xem thực đơn) Tôi thích súp cua, nem rán, cơm chiên hải sản. Chị ăn bún chả được không?
Cô Lan	: Dạ, được. Tôi rất thích bún chả. Bún chả rất hợp với khẩu vị của người Hàn Quốc.
3. *Anh Kim*	: Chào anh chị. Anh chị đang đi đâu đấy?
Anh Nam	: Chào anh Kim. Tôi đang đưa bà xã đi chợ mua đồ nấu ăn.
Anh Kim	: Thế à. Hôm nay, chị định nấu món gì?
Vợ anh Nam	: Tôi định nấu phở. Phở gà anh ạ.
Anh Kim	: Chị giỏi quá. Chị biết nấu phở à? Tôi cũng rất thích phở Việt Nam.
Vợ anh Nam	: Thế à. Vậy hôm nào anh có thời gian mời anh đến nhà tôi chơi, tôi sẽ nấu phở đãi anh.
Anh Kim	: Cảm ơn chị. Nhất định tôi sẽ đến.

II TỪ VỰNG

bây giờ	지금
đang	~ 하고 있다. (진행)
đi (động từ)	가다 (동사)
đi (phụ từ)	~ 해라 (부사)
ăn	먹다

món ăn	음식
chờ một chút	잠깐 기다리다
chọn	고르다
súp cua	게수프
nem rán	스프링롤
cơm chiên (cơm rang)	볶음밥, 북쪽에서는 (cơm rang)
nấu ăn	음식을 만들다
nấu	요리하다
phở	베트남 쌀국수
thế thì	그러면
hay quá (= thú vị quá)	매우 재미있다

III GIẢI THÍCH NGỮ PHÁP

1 Động từ "đi" ("đi" 동사)

Trong tiếng Việt, động từ "đi" có thể kết hợp với danh từ, động từ
동사 "đi"는 명사, 동사와 결합할 수 있다.

Ví dụ:
- Chị Lee đi chợ. (   )
- Tôi đi du lịch Việt Nam. (   )
- Tôi đi học lúc 8:00. (   )
- Anh Hoà đi làm lúc 8:20 (   )
- Tôi đi chơi công viên. (   )
- Tôi đi ngủ lúc 11:00 đêm (   )

Câu hỏi:
> Chủ ngữ + **đi** + **đâu**?

Ví dụ:
- Chị Lee đi đâu? → Chị Lee *đi chợ*.
- Anh đi đâu → Tôi *đi du lịch Việt* Nam.

2 Phụ từ "đi" ("đi" 부사)

Đứng sau động từ hoặc đứng cuối câu để biểu thị mệnh lệnh, đề nghị, yêu cầu.
요구, 제의, 명령을 나타내기 위해서 문장 끝이나 동사 뒤에 위치한다.

Ví dụ:
- Anh nói **đi**!
- Chúng ta đi **đi**!

- Chúng ta đi ăn cơm **đi**!

3 Phụ từ "đang" ("đang" 부사)

Đứng trước động từ để biểu thị hành động đang diễn ra, chưa kết thúc.
(동사 앞에 위치하여 완성되지 않고 진행되는 행동을 나타낸다.)

Ví dụ:

- Tôi **đang** học tiếng Việt.   (   )
- Chúng tôi **đang** ăn trưa.   (   )

Câu hỏi: Chủ ngữ + **đang** + làm gì?

Ví dụ:

- Anh đang làm gì? → Tôi **đang** học tiếng Việt.

Hoặc: - Các anh đang làm gì *vậy*? → Chúng tôi **đang** ăn trưa.

IV LUYỆN TẬP

1 Điền từ thích hợp vào các câu dưới đây (빈칸을 채우시오)

a) Tôi đi du lịch Việt Nam từ ngày 2 đến ngày 10 tháng 5.
b) Mẹ tôi đi _____ Bến Thành.
c) Cô Lee đi _____ lúc 8:00 sáng.
d) Chúng tôi đi _____ quán ăn Việt Nam.
e) Anh Park đi _____ lúc 8:20. Anh ấy đến công ty lúc 8:30.
f) Buổi tối, tôi thường đi _____ lúc 11:15.
g) Chúng ta đi _____ công viên đi!

2 Chuyển những câu dưới đây thành câu mệnh lệnh có phụ từ "đi" (명령형으로 바꾸시오)

Ví dụ:

Anh Park ăn cơm   → Anh Park ăn cơm đi!

a) Chúng ta đi tiệm cà phê.   → _____
b) Anh Park gửi thư cho cô Lee.   → _____
c) Chị Hòa mua máy vi tính.   → _____
d) Anh Bình chạy xe máy.   → _____

3 Điền các động từ thích hợp (적합한 동사를 채우시오)

a) Tôi đang _____ sách.

b) Chị Hoà đang _____ ti vi.

c) Anh Bình đang _____ cà phê.

d) Chúng tôi đang _____ xe máy, còn cô Lan đang _____ xe hơi.

e) Mẹ tôi đang _____ chợ Bến Thành.

f) Chúng tôi đang _____ tiếng Việt.

g) Họ đang _____ bóng bàn.

h) Anh Park đang _____ nhạc.

i) Cô Lee đang _____ thức ăn.

j) Thầy Nam đang _____ tiếng Việt.

k) Ba tôi đang _____ thư cho mẹ tôi.

4 Thực tập đọc các số sau (아래의 숫자를 읽으시오)

10 000 = mười ngàn

11 000 = mười một ngàn

15 000 = mười lăm ngàn

50 000 = năm mươi ngàn

200 000 = hai trăm ngàn

20 000 = hai mươi ngàn

21 000 = hai mươi mốt ngàn

25 000 = hai mươi lăm ngàn

100 000 = một trăm ngàn

1 000 000 = một triệu

5 Thực tập đọc và viết các số sau (아래 숫자를 읽고 쓰시오)

10 500 = mười ngàn năm trăm

21 789 = _____

9 760 = _____

88 880 = _____

120 000 = _____

225 000 = _____

31 105 = _____

10 202 = mười ngàn hai trăm lẻ hai

43 879 = _____

19 556 = _____

54 675 = _____

320 000 = _____

500 000 = _____

65 002 = _____

90 050 = chín mươi ngàn không trăm năm mươi

34 026 = _____

106 320 = một trăm lẻ sáu ngàn ba trăm hai mươi

809 302 = _____

BÀI ĐỌC

Các tiệm ăn (quán ăn) có rất nhiều ở thành phố Hồ Chí Minh và Hà Nội. Các tiệm ăn là những nơi bán thức ăn giá rẻ. Còn nhà hàng cũng là quán ăn nhưng lớn hơn và giá mắc hơn những quán ăn.

Người Việt Nam có thói quen ăn sáng tại các quán ăn. Buổi sáng, họ thường ăn phở, hủ tiếu ở những quán ăn trên đường. Buổi trưa, nhiều người ăn trưa tại các tiệm ăn. Ở đó, người ta bán cơm với nhiều thức ăn như cá, thịt, canh, v.v…Buổi tối, các quán ăn bán bia và các thức ăn khác.

Nhiều sinh viên thường ăn cơm ở những quán ăn bình dân. Mỗi bữa ăn tốn khoảng 20 000 hoặc 30 000 đồng.

Từ vựng:

các:	복수를 나타낸다	**phở:**	쌀국수
tiệm ăn (quán ăn):	식당	**hủ tiếu:**	비빔국수류
những:	복수를 나타낸다	**ở đó:**	그곳에서
nơi:	장소	**cơm:**	밥
bán:	팔다	**cá:**	생선
thức ăn (món ăn):	반찬 (음식)	**thịt:**	고기
nhà hàng:	(고급) 식당	**canh:**	국
nhưng:	그러나	**khác:**	다르다
to:	크다	**bữa ăn:**	식사
mắc (đắt):	비싸다	**tốn:**	지불하다
thói quen:	습관	**khoảng:**	약
tại (ở):	~에서	**hoặc:**	혹은
họ:	그들		

Trả lời câu hỏi:

a) Các tiệm ăn có rất nhiều ở đâu?

b) Các tiệm ăn là nơi bán gì?

c) Người Việt Nam có thói quen gì?

d) Buổi sáng, người Việt Nam thường ăn gì?

e) Buổi trưa nhiều người Việt Nam ăn trưa ở đâu?

f) Buổi tối, các quán ăn bán gì?

g) Nhiều sinh viên ăn cơm ở đâu?

h) Mỗi bữa ăn tốn khoảng bao nhiêu?

심화학습 (작문청취)

1 **Đặt câu theo ngữ pháp** – 작문을 하시오.

   1.1. Động từ "đi" ("đi" 동사)

      Trong tiếng Việt, động từ "đi" có thể kết hợp với danh từ hoặc động từ.

> Câu hỏi: Chủ ngữ + **đi** + đâu?
>
> Trả lời: - Chủ ngữ + **đi** + danh từ chỉ địa điểm
>
>   - Chủ ngữ + **đi** + động từ

   Ví dụ: Tôi đi Việt Nam.   Anh Kim đi Mỹ.

             Thầy Hùng đi chợ.   Cô Lan đi học.

             Giám đốc đi đến công ty.   Chồng tôi đi làm.

             Anh ấy thường đi ngủ lúc 11 giờ đêm.   Tuần sau tôi đi công tác ở Busan.

             그가 놀러 갔어요.   내일 공부하러 가요.

             공장에 가요.   집에 가요.

             회의하러 가요.   손님을 만나러 가요.

             등산하러 가요.   밥 먹으러 가요.

             _____   _____

             _____   _____

             _____   _____

             _____   _____

   1.2. Phụ từ "đi" ("đi" 부사)

      Đứng sau động từ hoặc cuối câu để biểu thị mệnh lệnh, đề nghị, yêu cầu.

   Ví dụ: Anh nói đi!   Anh ăn đi!

             Anh về đi!   Chúng ta đi ăn cơm đi!

             Chúng ta đi học đi!   Đi chơi đi!

             Anh hãy bắt đầu đi!   Làm việc đi!

             Trật tự đi!   Hãy im đi!

             말하세요.   자세요.

             물어 보세요.   앉으세요.

             사세요.   돌려 주세요.

             _____   _____

             _____   _____

             _____   _____

_____   _____
_____   _____

1.3. Phụ từ "**đang**" ; "**đã**"; "**sẽ**" ("đang", "đã", "sẽ" 부사)

- Phụ từ "đang" đứng trước động từ để biểu thị hành động đang diễn ra, chưa kết thúc; "đã" biểu thị hành động đã diễn ra; "sẽ" biểu thị hành động sẽ diễn ra.
- Đối với "đã" và "sẽ" đầu hoặc cuối câu văn thường có trạng ngữ chỉ thời gian xuất hiện; phụ từ "đang" thì có thể có hoặc có thể không.

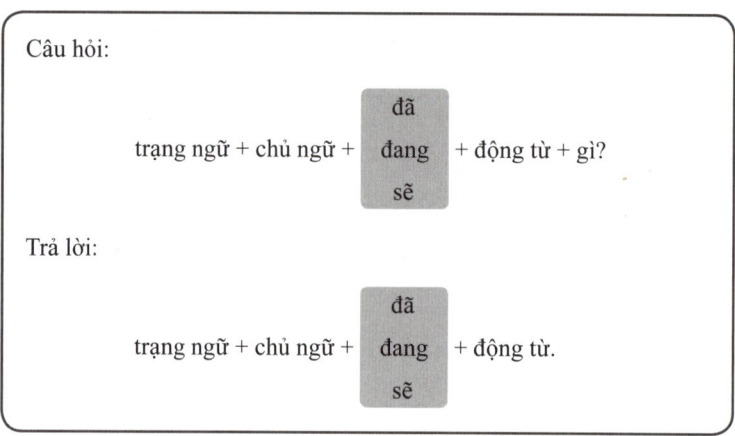

Ví dụ:

Hôm qua, anh đã làm gì?   - Hôm qua, tôi đã đi xem phim.
Tuần trước, thầy giáo đã đi đâu?   - Tuần trước, tôi đã về Việt Nam.
Cô ấy đang làm gì?   - Cô ấy đang đi gặp khách hàng.
Những nhân viên kia đang làm gì vậy?   - Họ đang thay ca (교대).
Mẹ đang làm gì?   - Mẹ đang nấu ăn.
Anh đang làm gì?   - Tôi đang học tiếng Việt.
Mai anh sẽ làm gì?   - Tôi chưa có kế hoạch gì cả.
Kỳ nghỉ đông này anh sẽ làm gì?   - Tôi cùng gia đình sẽ đi du lịch.
뭐 하고 있어요?   - 나는 책을 읽고 있어요.
그들이 뭐 하고 있어요?   - 그들이 탁구를 하고 있어요.
어제 저녁에 뭐 했어요?   - 어제 저녁에 TV를 봤어요.
설날에 고향에 갈 거예요?   - 네, 설날에 고향에 갈 겁니다.
최실장님이 뭐 하세요?   - 최팀장님이 커피를 마시고 있어요.

_____   _____
_____   _____
_____   _____
_____   _____

2 Nghe và điền từ vào chỗ trống

2.1. 🎧

Nam　　: A lô, anh Bình _____?

Bình　　: Anh đây. _____ em?

Nam　　: Anh _____ đấy?

Bình　　: Hôm nay _____, anh đang _____ thôi.

Nam　　: Anh _____ chưa?

Bình　　: Chưa.

Nam　　: Vậy mình _____ đi. Anh Hoàng vừa _____ rủ _____ đi nhậu.

Bình　　: Thế à. _____ ở đâu?

Nam　　: _____ có quán bia hơi Đức gần _____ ngon lắm. _____ mình gặp nhau _____ nhé.

Bình　　: Ừm. Vậy 5 rưỡi _____ nhé.

Nam　　: Vâng. _____ anh nhé.

2.2. 🎧

Nam　　: Chào _____.

Hoàng　: Chào _____ anh.

Nam　　: _____ anh làm gì?

Hoàng　: Tuần vừa rồi tôi _____. Công ty tôi đang _____ mới ở Hải Phòng. Tôi phải xuống Hải Phòng _____, mới về hôm _____.

Nam　　: Dự án mới ở _____ à? Dạo này công ty anh đang _____ gì dưới đó vậy?

Hoàng　: À, công ty tôi đang _____ nhà máy mới ở dưới đó.

Nam　　: Vậy chắc anh sẽ phải _____ đó nhiều rồi.

Hoàng　: Vâng. Chắc một tuần cũng phải _____ đó một hai lần. Thôi chúng ta xem _____ đi thôi.

2.3. 🎧

Hoàng　　　: Em ơi, cho anh _____.

Phục vụ bàn：Dạ, mời anh _____. Các anh _____ ạ?

Hoàng　　　: Em cho anh ba cốc _____ loại lớn. Mình gọi _____ gì anh Nam nhỉ?

Nam　　　　: Xem nào. Ở đây _____ em nhỉ?

Phục vụ bàn：Dạ, ở nhà hàng chúng em có _____ nhắm rất hợp với bia đen như: thịt bò xào, tôm hấp, gà ta hấp muối v.v…

Nam　　　　: Vậy mình gọi _____, một đĩa _____ đi.

Hoàng	: Vậy em cho anh _____ một đĩa _____ nhá.
	: Thế _____ thì có gì?
Phục vụ bàn	: Dạ, anh có thể gọi _____ ạ.
Hoàng	: Em cho anh _____ nữa nhé.
Phục vụ bàn	: Dạ, các anh _____ ạ.

2.4. 🎧

Nam	: A lô. An à con.
Con trai	: Dạ.
Nam	: Con _____ đấy?
Con trai	: Dạ, con _____ ạ
Nam	: Thế, mẹ con _____?
Con trai	: Dạ, mẹ _____ ạ.
Nam	: Em phương _____ với mẹ à?
Con trai	: Dạ, em Phương cũng _____ rồi ạ.
Nam	: Khi nào _____ thì nói với mẹ tối nay bố không ăn cơm _____ nhé. Bố đi ăn tối _____ rồi.
Con trai	: Dạ, con chào bố.
Nam	: Ừ, bố chào con.

3 Luyện tập – 연습

3.1. Điền các từ thích hợp vào chỗ trống. (적합한 단어를 찾아 빈칸을 채우시오)

1. Ngày mai, tôi đi _____ Việt Nam.
2. Tôi thường đi _____ lúc 11 giờ đêm.
3. Sáng mai, tôi _____ dậy lúc 6 giờ.
4. Chúng ta đi _____ đi.
5. Tuần vừa rồi, tôi mới đi _____ Việt Nam về.
6. Ngày mai, anh hãy xuống kiểm tra nhà máy _____.
7. Chúng ta gặp nhau _____.
8. Chúng tôi đi _____ ở núi Seorak.
9. Chúng tôi đi _____ mỗi ngày.
10. Bây giờ tôi phải đi _____ giám đốc.

3.2. Chuyển những câu sau đây thành câu có phụ từ "đi". ("đi" 부사를 넣어 문장을 바꾸시오)

1. Anh hãy ăn món này.

_____

2. Anh Kim gọi điện cho anh Park.
   _____

3. Anh Choi lái xe.
   _____

4. Anh Lim đi về nhà.
   _____

5. Chị Lan mua đồ.
   _____

3.3. Dùng phụ từ "đi" để viết câu cho hợp ngữ cảnh. ("đi" 부사를 사용하여 상황에 맞게 쓰시오)

1. Muộn rồi mà anh Park vẫn chưa đi học.
   _____

2. Anh Kim muốn có bản báo cáo nhưng nhân viên vẫn chưa đưa.
   _____

3. Khách đến chơi mà vẫn còn đứng chưa ngồi.
   _____

4. Nhân viên A bảo nhân viên B đi gặp giám đốc.
   _____

5. Chủ quán mời khách mua hàng.
   _____

6. Rủ bạn ngày mai đi trượt tuyết.
   _____

7. Anh Lim muốn rủ anh Gong đi nhậu.
   _____

8. Làm mệt quá, anh Choi muốn nghỉ giải lao.
   _____

9. Bảo ai đó không cần làm việc ấy nữa.
   _____

10. Hết giờ làm việc, bảo nhân viên đi về nhà.
    _____

3.4. Chọn phụ từ thích hợp điền vào chỗ trống. (적합한 부사를 골라 빈칸을 채우시오)

1. Hôm nay, khi tôi _____ ngủ thì anh Oh gọi điện thoại.
2. Mấy hôm trước, tôi _____ gặp cô ấy ở trên tàu điện ngầm.
3. Nếu biết chuyện này, chắc cô ấy _____ buồn.
4. Hiện nay, công ty tôi _____ sản xuất điện thoại galaxy S3.
5. Điện thoại cảm ứng _____ rất thịnh hành ở Hàn Quốc.

6. Chúng tôi _____ gặp anh ấy hôm qua rồi.

7. Tôi _____ phân vân (망설이다, 주저하다) không biết phải làm thế nào.

8. Tôi phải đi ngay bây giờ. Tôi _____ có việc gấp.

9. Nếu làm việc tốt, em _____ được thưởng một tháng lương.

10. Lần này sang Việt Nam, tôi _____ đi TP. HCM.

4 Nói - 말하기

HÀ NỘI

Hà Nội là trung tâm văn hóa, chính trị và là thủ đô của Việt Nam.

Hà Nội có diện tích khoảng 3 300 km2 (ki lô mét vuông).

Dân số của Hà Nội khoảng 6 700 nghìn người.

Hà Nội trở thành kinh đô của Việt Nam từ thời Lý (vua Lý Thái Tổ) năm 1010.

Hà Nội có nhiều nơi nổi tiếng như: Văn Miếu - Quốc Tử Giám, lăng chủ tịch Hồ Chí Minh, Hồ Hoàn Kiếm, Hồ Tây v.v…

Hà Nội có nhiều món ăn ngon như: Phở Hà Nội, bún chả, nem rán, chả cá.v.v…

Mùa thu ở Hà Nội rất đẹp, trên đường có lá vàng rơi và có hương hoa sữa thơm nồng.

Trả lời câu hỏi:

Hà Nội là thủ đô của Việt Nam đúng không?

Diện tích của Hà Nội thế nào?

Dân số của Hà Nội thế nào?

Hà Nội trở thành kinh đô của Việt Nam từ bao giờ?

Vua nào đã chọn Hà Nội làm kinh đô của Việt Nam?

Hà Nội có những nơi nào nổi tiếng?

Hà Nội có những món ăn nào nổi tiếng?

Mùa thu ở Hà Nội thế nào?

BÀI 12 ››› ÔN TẬP

1 Nhìn vào bảng dưới đây, 2 sinh viên thực tập đặt câu hỏi và trả lời
(아래의 표를 보고 묻고 답하시오)

	Tuổi	Nghề nghiệp	Khả năng	Điện thoại
Cô Hong	25	Thư ký	Lái xe hơi	098 435 643
Anh Bình	32	Phóng viên	Chơi bóng đá	865 4435
Anh Park	33	Tiếp tân	Nói tiếng Anh	098 231 456
Cô Bình	20	Y tá	Sử dụng máy vi tính	609 5467
Anh Lee	30	Tài xế	Nói tiếng Việt	không có

Ví dụ:

Sinh viên 1: Cô Hong bao nhiêu tuổi?
Sinh viên 2: Cô ấy 25 tuổi.
Sinh viên 1: Cô Hong làm (nghề) gì?
Sinh viên 2: Cô ấy là thư ký.
Sinh viên 1: Cô Hong lái xe hơi được không?
Sinh viên 2: Dạ được, cô ấy lái xe hơi được.
Sinh viên 1: Điện thoại của cô Hong số mấy?
Sinh viên 2: Điện thoại của cô ấy là 098 435643.

2 Hỏi quốc tịch (국적을 물으시오)

Ví dụ: HỎI: Anh là người nước nào?
         ĐÁP: Tôi là người Việt Nam.

a) Chị _____?
   - Tôi là / Hàn Quốc.

b) Anna _____?
   - Anna / Nga.

c) Ông Nam _____?
   - Ông ấy / Trung Quốc.

d) Anh John _____?

- Anh ấy / Mỹ

3 Sinh viên hoàn thành bài tập sau (아래 문장을 완성하시오)

   a) Phòng của _____.
   b) Điện thoại của tôi số _____.
   c) Xe của tôi số _____.
   d) Nhà của tôi số _____.
   e) Năm nay, cha tôi _____ tuổi.
   f) Tôi mua điện thoại này _____ USD.
   g) Văn phòng của tôi ở tầng _____.
   h) Chị ấy có _____ quyển sách.

4 Điền từ vào chỗ trống: (빈칸을 채우시오.)

   a) Anh Nam là bác sĩ, anh ấy làm việc ở _____.
   b) Cô Lan là sinh viên, cô ấy học ở _____.
   c) Tôi là giáo viên, tôi làm việc ở _____.
   d) Cô Hoa là hướng dẫn viên du lịch, cô ấy làm việc ở _____.
   e) Ông Thanh là thư ký, ông ấy làm việc ở _____.
   f) Chị Minh là nhân viên, chị ấy làm việc _____.

5 Nhìn vào danh thiếp, đặt câu hỏi và trả lời (명함을 보고 묻는 말에 답하시오.)

> Trường Đại học kinh tế
> thành phố Hồ Chí Minh
>
> *Giáo sư* **LÊ THỊ HOA**
>
> Văn phòng: **12, đường Đông Du, Q.1, TP.HCM**
> Nhà: **21, Trần Hưng Đạo, Q.5, TP.HCM**

6 Trả lời câu hỏi (물음에 답하시오)

   a) Anh là người Hàn Quốc phải không?
   - _____

   b) Anh là Park Sam Kwon phải không?
   - _____

   c) Anh là nhân viên công ty Posces phải không?
   - _____

d) Anh đang sống ở Hà Nội phải không?
   - _____

e) Anh đang học tiếng Việt phải không?
   - _____

f) Thầy Nam là giáo viên của anh phải không?
   - _____

g) Vợ anh là người Hàn Quốc phải không?
   - _____

h) Hôm nay là thứ năm phải không?
   - _____

7 **Đọc và viết các số sau** (아래 숫자를 읽고 쓰십시오)
- 106.322 = _____
- 842.766 = _____
- 224.105 = _____
- 1.320.800 = _____
- 1.587.900 = _____
- 11.054 = _____
- 367.035 = _____

8 **Thực tập hỏi giờ, nói và viết vào chỗ trống** (시간을 묻고 답하고 빈칸을 채우시오)

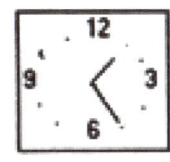

a) Bây giờ là mấy giờ?
   _____

b) Bây giờ, anh đang làm gì?
   _____

c) Bây giờ là mấy giờ?
   _____

d) Bây giờ là mấy giờ?

9 **Trả lời câu hỏi** (물음에 답하시오)

a) Hôm nay, anh ăn sáng ở đâu?

b) Anh ăn sáng lúc mấy giờ?

c) Anh học tiếng Việt từ mấy giờ đến mấy giờ?

d) Anh học tiếng Việt từ ngày mấy đến ngày mấy?

10 **Đánh dấu (   ) vào từ đúng**: (적당한 말에 (   ) 표시 하시오.)

a) Chị biết / viết nói tiếng Pháp không?

b) Tôi không biết / viết chạy xe gán / gắn máy.

c) Tôi không có xe dạp / đạp.

d) Tôi không thích nấu ăn/ náu ăn . Tôi thích đi công viên/ công biên.

e) Buổi sáng, tôi thường đi hộc /đi học lúc 8:00 giờ.

f) Tôi bắt đầu / bắc đàu học tiếng Việt.

g) Chúng tôi ăng trưa / ăn trưa lúc 12:00 giờ.

h) Nhà hàng mở cửa / mở của lúc 6:30 sáng.

11 **Nhìn vào bảng sau, đặt câu hỏi và trả lời theo mẫu.** (아래 표를 보고 묻고 답하시오)

Ví dụ: Cô Lan bao nhiêu tuổi?
          - Cô Lan 25 tuổi.
         Cô Lan làm nghề gì?
          - Cô ấy là thư ký.
         Cô Lan lái xe hơi được không?
          - Dạ được, cô ấy lái xe hơi được.
         Số điện thoại của cô Lan thế nào?
          - Số điện thoại của cô Lan là 0912 332 210.

Tên	Tuổi	Nghề nghiệp	Khả năng	Số điện thoại
Cô Lan	25	Thư ký	Lái xe hơi	0912 332 210
Anh Lee	37	Phó giám đốc	Chơi gôn	010 - 2244-6688
Anh Bình	42	Phóng viên	Chơi bóng bàn	0978 887 665
Anh Philip	39	Kỹ sư	Nói tiếng Việt	0982 488 042
Cô Hương	22	Sinh viên	Nói tiếng Anh	321

12 Luyện tập nói số. (숫자를 연습하시오)

1. Anh ở khách sạn nào? Phòng số mấy?
   _____

2. Số điện thoại của anh thế nào?
   _____

3. Số điện thoại của anh Choi trưởng phòng thế nào?
   _____

4. Số Fax của công ty anh thế nào?
   _____

5. Địa chỉ nhà anh như thế nào?
   _____

6. Năm nay anh bao nhiêu tuổi?
   _____

7. Anh có mấy người con? Năm nay các con anh bao nhiêu tuổi?
   _____

8. Anh mua điện thoại này ở đâu? Bao nhiêu tiền?
   _____

9. Anh học ở phòng nào? Tầng mấy?
   _____

10. Tôi muốn đổi 300 đô la sang tiền Việt. Hôm nay giá đô (tỉ giá) thế nào?
    _____

13 **Dùng các từ cho sẵn để hội thoại.** (아래 정보를 사용하여 대화하시오)

Tên	Nghề nghiệp	Cơ quan	Nơi ở
Anh Nam	Bác sĩ	Bệnh viện Việt-Pháp	Hà Nội
Chị Hương	Giáo viên	Đại học Bách Khoa	TP. HCM
Anh Park	Sinh viên	Đại học Seoul	Seoul, Hàn Quốc
Anh Kim	Giám đốc	Công ty Sam Sung	Bắc Ninh, Việt Nam
Anh Vinh	Nhân viên nhà nước	Cục thuế	Đà Nẵng
Cô Hồng	Kỹ sư	Công ty xây dựng	Hà Nội
Anh Hưng	Ca sĩ	Công ty giải trí MT (기획사)	TP HCM

Anh Nam làm nghề gì?
- Anh Nam là bác sĩ.
Anh Nam làm việc ở đâu?
- Anh ấy làm việc ở Bệnh viện Việt - Pháp.
Anh Nam sống ở đâu?
- Anh ấy sống ở Hà Nội.

14 **Nhìn danh thiếp hỏi và trả lời.** (명함을 보고 묻고 답하시오)

1. nghề nghiệp
2. chức vụ
3. cơ quan
4. địa chỉ cơ quan
5. số điện thoại cơ quan
6. số điện thoại di động
7. email

BỘ THƯƠNG MẠI

Viện Nghiên cứu
Thương mại

TS. BÙI QUANG HÀ
Trưởng Ban thương mại

Cơ quan
17 Yết Kiêu, Hà Nội
ĐT: +84-4-822 9195
DĐ: +84 903-433-777
Email:habq@yahoo.com

Nhà riêng
14 ngách 1/2 Tạ Quang Bửu, Hà Nội

```
SHINHAN BANK
VIETNAM

                        100 Nguyễn Thị Minh Khai,
                        Quận 3, TP. HCM, Việt Nam
HONG KIL DONG          ĐT: (84-8) 3829-1581
Giám đốc Nhân sự       Fax: (84-8) 3829-1583
                        DĐ: 093 339 9333
                        Email: Hongkd@shinhan.com
```

```
ỦY BAN NHÂN DÂN TỈNH LÂM ĐỒNG

       TS. HUỲNH VĂN THÔNG
              Chủ tịch

Cơ quan   : 04 Trần Hưng Đạo - Đà Lạt
ĐT        : (063) 3822-740
DĐ        : 0913-934-579
Fax       : (063) 3821138
Emai      : hvthong@lamdong.gov.vn
```

```
CÔNG TY TNHH HƯƠNG LAN
       Trà và Rượu Vang

  NGUYỄN THỊ HƯƠNG LAN
           Giám Đốc
      HP: (84-91) 393-4041

    39-45 Phạm Ngọc Thạch, Đà Lạt,
           Lâm Đồng, Việt Nam
Tel: (84-63) 3282-1844 - Fax (84-63) 3282-1845
       Email: info@huonglantea.com
      Website: www.huonglantea.com
```

15 Trả lời những câu hỏi sau. (아래 물음에 답하시오)

1. Anh là người Mỹ phải không?

_____

2. Anh là nhân viên công ty Mai Linh phải không?

_____

3. Anh đang sống ở Hà Nội phải không?

_____

4. Anh đang làm việc ở Bắc Ninh phải không?

_____

5. Anh ăn cơm rồi phải không?

_____

6. Cuối tuần này anh về quê phải không?

_____

7. Quê anh ở Daegu phải không?
   _____

8. Anh đã có gia đình rồi phải không?
   _____

9. Anh nói được tiếng Anh phải không?
   _____

10. Anh đã đến Việt Nam rồi phải không?
    _____

16 Đọc và viết các số. (숫자를 읽고 쓰시오)

1 600 346	: _____
44 756 290	: _____
870 965 001	: _____
358 921 000	: _____
15 309 450 020	: _____
145 420 300 221	: _____

17 Thực tập hỏi giờ. (시간을 묻고 답하시오)

(10:10)	1. Bây giờ là mấy giờ?	Bây giờ là 10 giờ 10 phút.
	2. Hôm qua, anh làm gì lúc 10 giờ 10 phút?	Tôi làm việc ở công ty.
	3. Đêm qua, anh đi ngủ lúc mấy giờ?	Tôi đi ngủ lúc 10:10.
	4. Các anh gặp nhau lúc mấy giờ?	Chúng tôi gặp nhau lúc 10:10.
	5. Anh ấy đến đây lúc mấy giờ?	Anh ấy đến lúc 10: 10.
(10:42)	1. _____	_____
	2. _____	_____
	3. _____	_____
	4. _____	_____
	5. _____	_____
(07:49)	1. _____	_____
	2. _____	_____
	3. _____	_____
	4. _____	_____
	5. _____	_____

	1. _____	_____
	2. _____	_____
	3. _____	_____
	4. _____	_____
	5. _____	_____
	1. _____	_____
	2. _____	_____
	3. _____	_____
	4. _____	_____
	5. _____	_____

BÀI 13 >>> ĐI BẰNG GÌ?

I HỘI THOẠI

1. Anh Park : Bây giờ chúng ta đi đâu vậy?
   Anh Nam : Đi sân bay Tân Sơn Nhất.
   Anh Park : Chúng ta đi sân bay Tân Sơn Nhất để làm gì?
   Anh Nam : Để đón bạn tôi.
   Anh Park : Chúng ta đi bằng gì?
   Anh Nam : Chúng ta có thể đi bằng tắc-xi. Để tôi gọi tắc-xi.
      (*Anh Nam gọi điện thoại cho công ty tắc-xi*)
   Anh Nam : Alô, cho tôi một chiếc tắc-xi 4 chỗ. Tôi đang chờ trước khách sạn Rex.

2. Tài xế tắc-xi : Các anh đi đâu?
   Anh Nam : Chúng tôi đi sân bay. Làm ơn chạy nhanh một chút, chúng tôi bị trễ rồi.
   Tài xế tắc-xi : Tôi không thể chạy nhanh (được).
   Anh Nam : Tại sao anh không thể chạy nhanh (được) ạ?
   Tài xế tắc-xi : Bởi vì trên đường có nhiều xe máy.
   Anh Nam : Tôi hiểu rồi!

3. Cô Lee : Ngày mai, tôi sẽ đi du lịch.
   Anh Nam : Cô Lee đi đâu?
   Cô Lee : Tôi sẽ đi Nha Trang.
   Anh Nam : Cô sẽ đi bằng gì?
   Cô Lee : Tôi sẽ đi bằng xe lửa. Chuyến xe lửa thứ nhất.
   Anh Nam : Xe lửa khởi hành lúc mấy giờ?
   Cô Lee : Lúc 8:00 sáng.
   Anh Nam : Tại sao cô đi bằng xe lửa?
   Cô Lee : Bởi vì tôi có thể xem phong cảnh.
   Anh Nam : Đúng rồi! Đi bằng xe lửa rất thú vị!

II TỪ VỰNG

sân bay	공항	bị	수동태
đón	마중하다	trễ (muộn)	늦다, 북쪽에서 muộn
có thể	~ 할 수 있다	tại sao	왜?
tắc-xi (taxi)	택시	bởi vì	왜냐하면
chỗ	좌석	hiểu	이해하다
chờ (=đợi)	기다리다	xe lửa (tàu hoả)	기차
trước	~ 앞	thứ nhất	첫 번째
các anh	여러분	khởi hành	출발하다
chạy	달리다	xem	보다
nhanh	빨리	phong cảnh	풍경
một chút	잠깐, 조금		

※ Những cụm từ và câu cần nhớ - 기억해야 할 구문

　a. Đi bằng gì?

　b. Để làm gì?

　c. Làm ơn chạy nhanh một chút!

　d. Tôi bị trễ

　e. Tôi **không thể** chạy nhanh (**được**)!

　f. Đúng rồi!

III GIẢI THÍCH NGỮ PHÁP

1 **Giới từ "bằng" biểu thị việc sử dụng phương tiện để di chuyển.**
교통수단을 나타낼 때 쓰인다.
Ví dụ:
　- Tôi đi học *bằng* xe đạp.　　　(　　　　　　　　　　)
　- Anh Nam đi du lịch *bằng* máy bay. (　　　　　　　　　　)

2 **"……để làm gì?":** Thường đứng cuối câu hỏi về mục đích của hành động.
문장 끝에 위치하여 목적을 물을 때 쓰인다.
Ví dụ:
　HỎI: Anh Park đến Việt Nam ***để làm gì***?
　　　　　　　　　　↓
　ĐÁP: Anh ấy đến Việt Nam ***để học tiếng Việt***.

③ "**có thể**": *là phụ từ đứng trước động từ để biểu thị khả năng làm một việc, trái nghĩa với "có thể" là "**không thể**".*

일의 가능성을 나타내기 위해서 동사 앞에 "không thể"와 반의어이다.

Ví dụ:

- Tôi **có thể** nói tiếng Việt một chút.
  (   )

- Chúng tôi **có thể** làm việc ở công ty Hàn Quốc.
  (   )

- Anh Park **không thể** nói tiếng Việt.
  (   )

④ "**Làm ơn** ……": *Là câu đề nghị rất lịch sự:*

매우 예의 바르게 제의할 때

Ví dụ:

- *Làm ơn* nói chậm lại.
- *Làm ơn* cho tôi hỏi một chút.

⑤ "**Bị**": *đứng trước động từ. Từ "bị" biểu thị cho chủ ngữ đang ở trong tình hình xấu, bị động*

동사 앞에 위치하여 좋지 않은 상황의 수동태를 나타낼 때 쓰인다.

Ví dụ:

- Tôi *bị cảm*.
  (   )

- Tôi *bị lạc đường*.
  (   )

- Chúng tôi *bị trễ*.
  (   )

- Tôi *bị thầy giáo phê bình*.
  (   )

⑥ "**Tại sao**": *từ dùng để hỏi về một nguyên nhân. Từ này luôn đứng đầu câu hỏi.*

의문문의 앞에 위치하여 원인을 물을 때 쓰인다.

Ví dụ:

HỎI: ***Tại sao*** anh học tiếng Việt?
↓
ĐÁP: ***Bởi vì*** tôi sẽ làm việc ở Việt Nam.

IV LUYỆN TẬP

1 Tra từ điển để biết nghĩa của các từ sau (아래 단어를 사전에서 찾아서 쓰시오)

- tàu thuỷ: - xe xích lô: - đi bộ:
- xe buýt: - xe tải:

※ *Hoàn thành những câu dưới đây:*

Ví dụ: - Tôi _____ về nhà. → Tôi **đi bộ** về nhà.

a) Cô Hong _____ bằng xe buýt.
b) Tôi _____ bằng máy bay.
c) Chị Lan _____ bằng xe đạp.
d) Ông Hoà _____ bằng xe máy.
e) Chúng ta _____ bằng tắc-xi.
f) Anh Hùng _____ bằng xe lửa.
g) Bạn tôi _____ bằng xe hơi.

2 Thực tập đọc các số thứ tự (차례를 나타내는 단어를 연습하시오)

- thứ nhất: - thứ năm: - thứ chín:
- thứ nhì: - thứ sáu: - thứ mười:
- thứ ba: - thứ bảy: - thứ mười một:
- thứ tư: - thứ tám: - _____

3 Dịch sang tiếng Hàn các câu sau (아래 문장을 한국어로 쓰시오)

a) Anh Kim là sinh viên năm thứ nhất.
   - _____

b) Đây là căn hộ thứ ba của tôi.
   - _____

c) Đây là lần thứ tư tôi đến Việt Nam.
   - _____

d) Hôm nay là sinh nhật lần thứ mười tám của tôi.
   - _____

4 Hoàn thành những câu dưới đây (아래 문장을 완성하시오)

a) Tôi đến Việt Nam để _____.
b) Mẹ tôi đi chợ Bến Thành để _____.
c) Chúng tôi đi Nha Trang để _____.
d) Hôm nay, các anh đến trường đại học để _____.

e) Tôi mua một chiếc xe đạp để _____.

5. Chuyển những câu dưới đây thành những câu có từ "bị"
("bị"가 들어가는 문장으로 쓰시오)

Ví dụ:

- Tôi / cảm → Tôi bị cảm.

a) Tôi/mất tiền. → _____

b) Tôi/nhức đầu (đau đầu) → _____

c) Mẹ tôi than phiền tôi. → _____

d) Tôi/kẹt xe. → _____

6. Thực tập gọi điện thoại đến công ty tắc-xi để yêu cầu một chiếc tắc-xi.
(택시 회사에 전화하여 택시를 요청하시오)

Sinh viên 1: Alô, _____

Sinh viên 2 (tài xế tắc-xi): _____

BÀI ĐỌC

XE ÔM

Ở Hà Nội và thành phố Hồ Chí Minh có nhiều xe ôm. Xe ôm là xe máy chở khách. Hiện nay, giao thông ở Hà Nội và thành phố Hồ Chí Minh rất phức tạp. Trên đường có nhiều xe buýt, xe tắc-xi, xe xích lô, v.v…đặc biệt là xe máy rất nhiều. Vì vậy, có nhiều con đường thường bị kẹt xe, và người ta đi bằng xe ôm cho thuận tiện. Giá xe ôm rẻ hơn xe tắc-xi.

Nhiều sinh viên nước ngoài cũng thường đi học bằng xe ôm.

Từ vựng:

xe ôm:	오토바이
chở:	운송하다
khách:	손님
giao thông:	교통
phức tạp:	복잡하다
v.v…(vân vân):	기타등등
vì vậy:	그래서
con đường:	길
kẹt xe (tắc đường):	교통체증(북쪽에서는 tắc đường)
thuận tiện:	편리

Trả lời câu hỏi:

a) Xe ôm là xe gì?

b) Hiện nay, giao thông ở thành phố Hồ Chí Minh và Hà Nội thế nào?

c) Trên đường có nhiều xe gì? Đặc biệt là xe gì?

d) Tại sao có nhiều con đường thường bị kẹt xe?

e) Người ta đi bằng xe ôm để làm gì?

f) Nhiều sinh viên nước ngoài thường đi học bằng gì?

심화학습 (작문청취)

1 **Đặt câu theo ngữ pháp** – 작문을 하시오.

1.1. Giới từ "bằng": "으로" 이동수단을 나타낸다

Biểu thị việc sử dụng phương tiện để di chuyển

Ví dụ: Anh đi học bằng gì?   Tôi đi học bằng xe máy.
         Anh đi làm bằng gì?   Tôi đi bằng tàu hỏa.
         Anh đi du lịch Huế bằng gì?   Tôi đi bằng xe buýt.
         Anh đi Nha Trang bằng gì?   Tôi đi bằng ô tô riêng.
         학교에 무엇으로 가요?   나는 버스로 가요.
         여기서 거기까지 무엇으로 가요?   택시로 갑시다.
         무엇으로 왔어요?   나는 걸어서 왔어요.

1.2. "….để làm gì?": …기 위해서….; …러 가다…; …려고 하다…

Thường đứng cuối câu hỏi về mục đích của hành động.
(행동의 목적에 대해 묻기 위하여 문장의끝에 위치하다)

Ví dụ: Anh mua cái này để làm gì?   Tôi mua để ăn.
         Anh đến đây để làm gì?   Tôi đến đây để gặp giám đốc.
         Anh hỏi cái đó để làm gì?   Tôi hỏi để biết vậy thôi.
         Anh học tiếng Việt để làm gì?   Tôi học để đi làm việc ở Việt Nam.
         Anh điện thoại cho anh Choi để làm gì?   Tôi gọi điện để hỏi về kế hoạch làm việc.

1.3. "..Có thể…": 할 수 있다.

Là phụ từ, đứng trước động từ để biểu thị khả năng làm một việc hoặc dự đoán một việc.
(부사로써 동사 앞에 위치하여 어떤 일을 하기에 가능함을 나타나거나 예측할 때 쓰인다)

Ví dụ: Tôi có thể ngồi đây không?   Vâng. Mời anh ngồi.
         = Tôi ngồi đây được không?
         Anh Ki có thể nói tiếng Trung Quốc.
         Anh có thể giúp tôi được không?
         Bây giờ có thể anh ấy đã đi sân bay rồi.
         Thời tiết xấu thế này, có thể chúng ta phải hoãn kế hoạch lại.
         Tôi nói điều này có thể anh sẽ không tin.
         Hôm nay trời có thể mưa.

1.4. "Làm ơn…": 제발…

Ví dụ: Làm ơn cho tôi hỏi một chút.
         Làm ơn hãy nói chậm lại.

Anh làm ơn đừng có đến muộn được không?

Làm ơn dọn phòng giúp tôi nhé.

Làm ơn đừng nói với anh ấy.

1.5. Bị >< Được. …게 되다 (피동)

- **"Bị"** *đứng trước động từ biểu thị cho chủ thể đang ở trong tình hình xấu, bị động.*
("bị"는 동사 앞에 위치하여 주체가 수동적, 안 좋은 상황에 처함을 나타낸다)

- **"Được"** *đứng trước động từ biểu thị cho chủ thể tiếp nhận/ hưởng cái gì đó tốt*
(theo đánh giá của người nói). ("được"는 동사 앞에 위치하여 주체가 좋은 상황을 나타낸다; 화자의 평가에 의한다.)

Ví dụ: Tôi bị cảm.   Anh ấy bị đuổi việc.

Tôi bị lạc đường.   Tôi bị mất tiền.

Chúng tôi bị trễ.   Tôi bị điểm xấu.

Tôi được thăng chức.   Hôm nay tôi được nghỉ học.

Anh ấy được tăng lương.   Chúng tôi được nghỉ tết một tuần.

Anh ấy được giám đốc khen.   Tôi được gặp tổng thống.

2 Nghe và điền từ vào chỗ trống

2.1. 🎧

A. Nam   : Tắc xi.

Lái xe   : Xin lỗi, anh _____ ạ?

A. Nam   : Anh _____ khách sạn Daewoo.

Ơ! Sao anh lại _____ ?

Lái xe   : Dạ, bây giờ là _____.

Đi đường này _____ một chút nhưng không _____ anh ạ.

A. Nam   : Thế à? Anh làm ơn _____ một chút. Tôi _____ lúc 5 giờ.

Lái xe   : Anh _____. Tôi không _____ được.

_____ có nhiều xe quá.

2.2. 🎧

A. Park   : Lan ơi, em _____ một chiếc tắc xi bốn chỗ.

Anh và anh Choi phải _____ ngay bây giờ.

Lan   : Vâng ạ.

Thưa anh, em _____ ạ. 10 phút nữa _____ ạ.

_____

Lan   : Thưa anh, xe _____ ạ.

A. Park   : Cảm ơn em. Em bảo họ chờ anh một chút. Anh sẽ _____.
_____

A. Park   : Anh _____ chúng tôi _____ sân bay.
Tài xế   : Vâng. Các anh có đi _____ luôn không ạ? Em sẽ đợi _____ ạ?
A. Park   : Có. Anh _____ chúng tôi ở bên ngoài nhé. Chúng tôi sẽ đi _____ nữa.
Tài xế   : Khách của anh đi _____ lúc mấy giờ ạ?
A. Park   : Chuyến bay đến _____ phút. Anh làm ơn _____ một chút.
Tài xế   : Vâng, thưa anh.

2.3. 🎧

A. Park   : Nghe nói, mai vợ chồng em _____ ở Huế à?
Lan   : Dạ, vâng.
A. Park   : Em đi _____?
Lan   : Dạ, gia đình em đi _____.
_____ đi bằng tàu hỏa _____ lắm nên gia đình em đi bằng tàu hỏa.
A. Park   : Đi bằng tàu hỏa _____ Hà Nội _____ Huế _____?
Lan   : Dạ, đi bằng tàu hỏa _____ tiếng ạ.
A. Park   : Thế em và gia đình định đi du lịch _____?
Lan   : Dạ, Em và gia đình sẽ _____ ngày ạ.
A. Park   : Chúc em và gia đình _____ vui vẻ.
Lan   : Cảm ơn anh.

3 Luyện tập – 연습

3.1. Hoàn thành các câu sau đây. (아래 문장을 완성하시오)

1. Chúng tôi đi TP. Hồ Chí Minh bằng _____.
2. Anh Hùng đi công tác bằng _____.
3. Anh đi Nha Trang bằng _____?
4. Vì không mua được vé máy bay nên chúng tôi phải đi bằng _____.
5. Đi bằng _____ đỡ mệt hơn đi bằng _____.
6. Tôi thích đi bằng _____ hơn.

3.2. Hãy dịch sang tiếng Việt. (베트남어로 쓰시오)

1. 저는 버스로 가요.
2. 그는 KTX으로 부산에 가요.
3. 저는 일본어를 조금 할 수 있어요.

4. 무슨 말씀인지 이해할 수 없어요.

5. 길이 막혀서 늦었어요.

6. 길에 가다가 지갑을 잃었어요.

3.3. Hãy dịch các câu sau đây sang tiếng Hàn. (아래 문장을 한국어로 쓰시오)

1. Em gái tôi đang là sinh viên năm thứ 3.
   _____

2. Anh đi thẳng đường này, đến ngã tư thứ 2 thì rẽ phải.
   _____

3. Đây là năm thứ 5 tôi ăn tết ở Hàn Quốc.
   _____

4. Anh đi công tác Việt Nam mấy lần rồi?
   _____

5. Thứ nhất, tôi rất yêu Hàn Quốc.
   _____

6. Đây là lần thứ hai tôi bị mất điện thoại.
   _____

4 Nói – 말하기

VỊNH HẠ LONG

Vịnh Hạ Long thuộc tỉnh Quảng Ninh.

Vịnh Hạ Long cách Hà Nội 170 km về phía Đông.

Vịnh Hạ Long rất đẹp.

Trên Vịnh có gần 2 nghìn hòn đảo.

Vịnh Hạ Long có một số đảo du lịch đẹp như: Đảo Tuần Châu, Đảo Ti Tốp…

Vịnh Hạ Long có nhiều hang động đẹp như: Động thiên cung, Hang sửng sốt…

Nếu đi du lịch Vịnh Hạ long, bạn có thể du thuyền, đi ngắm đảo và tắm biển v.v…

năm 1994, Vịnh Hạ Long được UNESCO công nhận là di sản thiên nhiên thế giới.

Trả lời câu hỏi:

1. Vịnh Hạ Long nằm ở đâu?
2. Vịnh Hạ Long cách Hà Nội bao xa?
3. Vịnh Hạ Long thế nào?
4. Ở Vịnh Hạ Long có bao nhiêu đảo?
5. Các đảo đẹp ở Vịnh Hạ Long là những đảo nào?
6. Nếu đi Vịnh Hạ Long bạn có thể tham gia những hoạt động nào?
7. Vịnh Hạ Long được công nhận là di sản thiên nhiên thế giới vào năm nào?

BÀI 14 >>> TÔI BỊ LẠC ĐƯỜNG

I. HỘI THOẠI

1. *Anh Park* : Làm ơn cho tôi hỏi một chút!
Người đi đường : Dạ, anh hỏi gì?
Anh Park : Ngân hàng Sài Gòn ở đâu ạ?
Người đi đường : Anh đi thẳng đường này, đến ngã tư thì rẽ phải. Anh sẽ thấy ngân hàng.
Anh Park : Cám ơn cô.
Người đi đường : Không có chi!

2. *Cô Lee* : Làm ơn cho tôi hỏi một chút, tôi bị lạc đường.
Cảnh sát : Cô hỏi gì?
Cô Lee : Khách sạn Sài Gòn ở đâu ạ?
Cảnh sát : Từ đây, cô đi thẳng khoảng 500 mét, cô sẽ thấy ngã tư thứ nhất. Cô đi qua ngã tư thứ nhất, tiếp tục đi thẳng đến ngã tư thứ hai thì rẽ trái. Khách sạn Sài Gòn ở bên trái.

Cô Lee : (*lặp lại*) đi thẳng … khoảng … 500 mét … đến ngã tư thứ nhất, … đi qua ngã tư thứ nhất, … tiếp tục đi thẳng … đến ngã tư thứ hai thì rẽ trái … Khách sạn Sài Gòn … ở bên trái.
Tôi nhớ rồi. Xin cảm ơn!
Cảnh sát : Không có gì!

3. (*Anh Kim đang chờ xe buýt ở bến xe trên đường Phạm Văn Đồng.*)
Anh Kim : Chị ơi, cho tôi hỏi, từ đây đi sân bay Nội Bài bằng xe buýt thế nào ạ?
Người đi đường : Từ đây anh bắt xe số 39 đến bãi đỗ xe Cầu Giấy.
Sau đó, anh chuyển sang xe số 7. Xe số 7 đi thẳng đến sân bay Nội Bài.
Anh Kim : Ồ, thế là tôi phải đi 2 chặng xe buýt phải không chị?
Người đi đường : Đúng rồi, xe số 39 và xe số 7.
Anh Kim : Từ đây đi bao nhiêu bến thì đến bãi đỗ xe cầu Giấy hả chị?
Người đi đường : Khoảng 5 bến.
Anh Kim : Còn từ bãi đỗ xe Cầu Giấy đến sân bay Nội Bài xe buýt dừng ở bao nhiêu trạm ạ?

Người đi đường : Tôi không nhớ lắm, khoảng 15 trạm, mất khoảng 45 phút.
Anh Kim : Cảm ơn chị rất nhiều.
Người đi đường : Không có gì.

II TỪ VỰNG

ngân hàng	은행
từ đây	여기부터
đi thẳng	직진하다
khoảng	약
mét	m (미터)
thấy	보다
ngã tư	사거리
đi qua	지나가다
thứ hai (thứ nhì)	두 번째
tiếp tục	계속
rẽ trái (quẹo trái)	왼쪽으로 돌다
bên trái	왼쪽에
lặp lại	반복하다
rẽ phải (quẹo phải)	오른쪽으로 돌다
quản lý	관리하다
thang máy	승강기
lên	올라가다
gần	가깝다

※ Những cụm từ và câu cần nhớ - 기억해야 할 구문

a) Tôi bị lạc đường

b) Đi thẳng đường này

c) Ở bên trái

d) Ở bên phải

e) Tôi nhớ rồi

f) Ở đằng kia

III GIẢI THÍCH NGỮ PHÁP

1 Lưu ý câu văn có từ "thì"
"*thì*"가 있는 문장에 유의
Ví dụ:
- Anh đi thẳng đến ngã tư *thì* rẽ phải.
- Tôi về đến nhà *thì* trời mưa.

Trong 2 ví dụ trên, từ "**thì**" giống như từ "**then**" của tiếng Anh. Từ "**thì**" liên kết 2 cụm từ (phrase) hoặc 2 vế (clause). (thì는 영어의 then과 같다. Thì는 2개의 구나 2개의 절을 연결한다.)

2 Các đại từ chỉ định "này/ kia" đứng sau danh từ để chỉ định cho danh từ ấy. 지시대명사 này와 kia는 지정하는 명사의 뒤에 온다.

"**này**" **chỉ người, sự vật ở gần,** (사람이나 사물이 가까이 있을 때 지정하는 명사의 뒤에 온다.)
"**kia**" **chỉ người và sự vật ở xa.** (사람이나 사물이 멀리 있을 때)

Ví dụ:
- Người *này* là bạn tôi.
- Tôi thích món ăn *này*.

3 Cấu trúc câu có tính từ làm vị ngữ (형용사를 서술어로 쓰는 문장)

Mô hình:
> Chủ ngữ + *tính từ* + ...

Ví dụ:

Chủ ngữ	**vị ngữ**
Cô ấy	*đẹp* quá!
Tôi	rất *vui*!
Gia đình	*hạnh phúc*.
Văn phòng quản lý	*gần* thang máy.

4 Câu hỏi có từ "khi nào" (= bao giờ, chừng nào) **ở đầu câu để hỏi về thời gian hành động sẽ xảy ra.**
의문문의 앞에 위치하여 장차 일어날 행동의 시간에 대해 물을 때 쓰인다.

Ví dụ:
HỎI: **_Khi nào_** anh đến Việt Nam?
    ↓
ĐÁP: **_Tuần sau_** tôi sẽ đến Việt Nam.

IV LUYỆN TẬP

1 **Nhìn hình vẽ và ghi lại cách đi** (그림을 보고 가는 방향을 쓰시오)

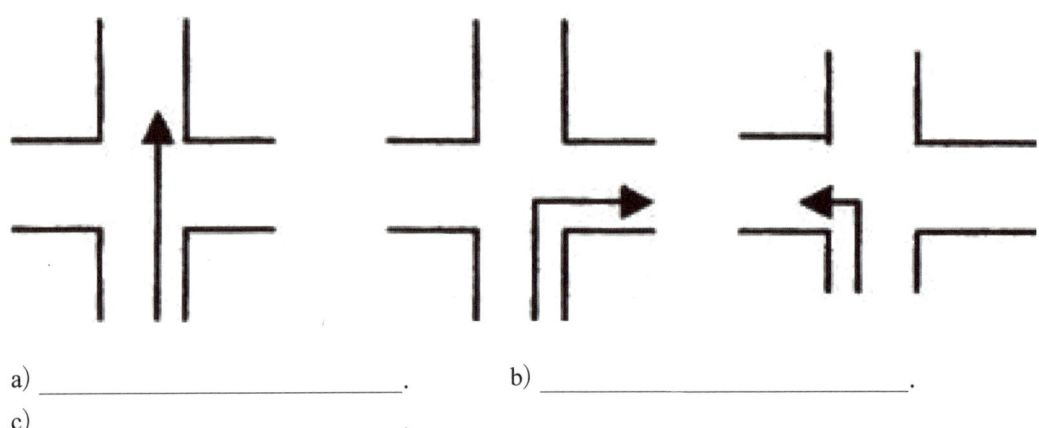

a) _____.   b) _____.
c) _____.

2 **Điền từ thích hợp vào chỗ trống** (빈칸을 채우시오)

A: Làm ơn _____ tôi hỏi một chút!

B: Dạ, anh hỏi _____?

A: Bệnh viện Sài Gòn _____?

B: Anh _____ đường này, đến _____ thứ nhất. Anh _____ ngã tư này và tiếp tục _____ khoảng 300 mét đến ngã tư thứ hai thì rẽ phải. Bệnh viện Sài Gòn ở _____.

A: Cám ơn anh!

B: _____.

3 **Hoàn thành những câu dưới đây** (아래 문장을 완성하시오)

a) Anh đi thẳng đường này đến ngã ba thì _____.
b) Đi thang máy lên tầng 6 thì _____.
c) Mẹ tôi vừa về nhà thì em trai tôi _____.
d) Tôi đang xem ti vi thì anh Lee _____.
e) Chị tôi đang đi chợ Bến Thành thì _____.

4 **Dưới đây là kế hoạch của cô Lee Yoon Hee** (아래는 이윤희의 계획이다)

- Ngày 2 tháng 11:   *Đến sân bay Nội Bài, Hà Nội.*
- Ngày 4 tháng 11:   *Đi Huế.*
- Ngày 7 tháng 11:   *Đi Nha Trang.*
- Ngày 8 tháng 11:   *Đi Đà Lạt.*

- Ngày 9 tháng 11:   *Đi thành phố Hồ Chí Minh.*
- Ngày 14 tháng 11:   *Đi tham quan Củ Chi.*
- Ngày 17 tháng 11:   *Về Hàn Quốc.*

※ Đặt câu hỏi và trả lời.

Ví dụ:

   HỎI: Khi nào cô Lee đến sân bay Nội Bài, Hà Nội?

   ĐÁP: Ngày 2 tháng 11, cô ấy sẽ đến sân bay Nội Bài, Hà Nội.

a) HỎI: _____.
   ĐÁP: _____.
b) HỎI: _____.
   ĐÁP: _____.
c) HỎI: _____.
   ĐÁP: _____.
d) HỎI: _____.
   ĐÁP: _____.
đ) HỎI: _____.
   ĐÁP: _____.
e) HỎI: _____.
   ĐÁP: _____.

5 **Chọn từ thích hợp điền vào chỗ trống** (적합한 단어를 골라 빈칸을 채우시오)

| bận | lạc đường | lúc | này | đi |
| kia | tham quan | gì | đến | người |

a) Cô thích ăn món ăn _____.
b) Tôi không thích món ăn _____.
c) Xe hơi của tôi ở đằng _____.
d) Tôi bị _____ làm ơn cho tôi hỏi một chút!
e) Hôm nay tôi _____ quá, tôi không thể về nhà _____ 7:00 tối.
f) Nhiều _____ nước ngoài thích _____ Củ Chi.
g) Tại sao anh muốn _____ du lịch bằng xe lửa?
h) Khi nào anh Park _____ Hà Nội?

BÀI ĐỌC

Tôi bị lạc đường

Tôi tên là Lee Yoon Hee. Tôi đang học tiếng Việt ở thành phố Hồ Chí Minh. Sáng nay, tôi bị lạc đường. Đầu tiên, tôi muốn đi chợ Bến Thành. Tôi đi bằng xích lô. Từ ký túc xá đến chợ Bến Thành khoảng 20 phút. Xe xích lô đi qua ngã tư thứ nhất, ngã tư thứ hai và đến một ngã ba thì rẽ trái.

Từ chợ Bến Thành, tôi đi bộ về nhà. Tôi rẽ phải. Tôi đi qua ngã tư thứ nhất. Tôi đi qua ngã tư thứ hai nhưng tôi không thấy ký túc xá của tôi. Tôi sợ quá. Tôi gặp một cảnh sát. Tôi hỏi: *"Ký túc xá của sinh viên ở đâu?"*. Cảnh sát trả lời: *"Cô đi thẳng đường này khoảng 200 mét. Ký túc xá ở bên trái"*. Tôi cám ơn và đi nhanh về ký túc xá.

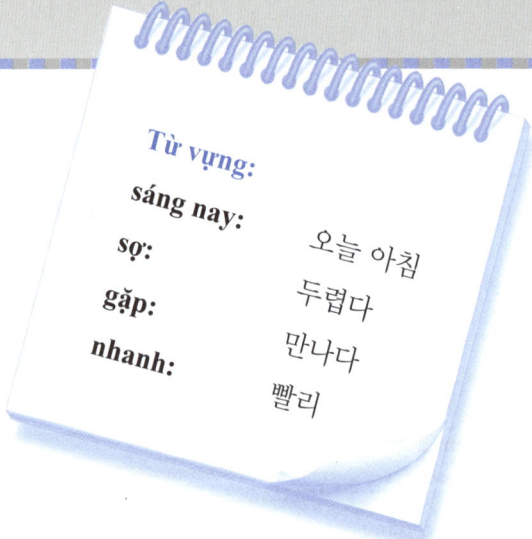

Từ vựng:
sáng nay: 오늘 아침
sợ: 두렵다
gặp: 만나다
nhanh: 빨리

※ **Sinh viên hãy kể lại một lần bị lạc đường bằng tiếng Việt. Chú ý sử dụng các từ:** *ngã tư, ngã ba, thứ nhất, thứ nhì, đi qua, thấy, rẽ phải, rẽ trái, ở bên trái, ở bên phải, đi thẳng...*

심화학습 (작문청취)

1 Đặt câu theo ngữ pháp – 작문을 하시오.

1.1. "thì": 아/어서....; ...는데...; 는요.
Khi dịch sang tiếng Hàn có rất nhiều nghĩa khác nhau tùy vào ngữ cảnh.
(한국어 대응어가 상황에 따라 다양하다)

Ví dụ: Anh Kim làm xong bài tập thì đi ngủ nhé.
Khi nào anh đến nơi thì gọi điện thoại cho tôi nhé.
Tôi thì làm việc, nó thì đi chơi.
Tôi thì thích ăn phở, cô ấy thì thích ăn bún.
Tôi thì tôi không thích ăn đồ cay.
Tôi đang ngủ thì có điện thoại.
Tôi đang ăn cơm thì anh ấy đến.

1.2. Danh từ + này, kia, đó.
Đại từ chỉ định đứng sau danh từ để chỉ định cho danh từ ấy.
(지시대명사가 명사 뒤에 위치하여 그 명사를 지시한다)

Ví dụ: Người này là người Hàn Quốc.
Tôi không thích cái bàn kia.
Quyển sách đó rất hay.
Công ty đó kinh doanh rất tốt.

1.3. Chủ ngữ + tính từ. (주어 + 형용사)

Ví dụ: Cô ấy đẹp và thông minh.
Cái ti vi này tốt.
Cái điện thoại đó rất đắt.
Gia đình họ rất hạnh phúc.

Tính từ:	cao	: 높다, 크다	thấp	: 낮다, 작다	to	: 크다
	nhỏ	: 작다	lớn	: 크다	bé	: 작다
	đẹp	: 예쁘다	xấu	: 추하다	gầy	: 마르다
	béo	: 뚱뚱하다	thông minh	: 똑똑하다	ngu, dốt	: 어리석다
	trắng	: 하얗다	đen	: 까맣다	rộng	: 넓다
	hẹp	: 좁다	rẻ	: 싸다	đắt	: 비싸다

1.4. Khi nào? Bao giờ? Chừng nào? 언제
Đứng ở đầu câu để hỏi về thời gian hành động sẽ xảy ra.
(문장 맨 앞에 위치하여 행동이 이루어지는 시간을 물을 때 쓰인다)

Ví dụ: Khi nào anh đi Việt Nam?
　　　　 Bao giờ anh học xong?
　　　　 Khi nào chúng ta có thể gặp nhau?
　　　　 Chừng nào anh mới trả tiền cho tôi?
　　　　 Khi nào anh mới làm việc này cho em?
　　　　 Khi nào anh có thời gian?

2 Nghe và điền từ vào chỗ trống

2.1. 🎧

A Kim　: A lô. Anh Bình _____?
A Bình : A Lô. Chào anh Kim. Anh _____?
A Kim　: Chào anh. Tôi khỏe. _____. Anh _____?
A Bình : Vâng. Tôi _____.
　　　　　 _____, anh _____ Việt Nam à? Khi nào anh _____?
A Kim　: Vâng. Tôi _____ Việt Nam.
　　　　　 Tôi dự định _____ tôi sẽ sang Việt Nam.
A Bình : Thế à. Anh _____? Anh đi _____ hay _____?
A Kim　: _____ tôi sang khoảng 1 tuần. Tôi đi du lịch _____ tôi.
　　　　　 Ở Hàn Quốc _____ mùa đông. Trời _____. Nhiệt độ trung bình - 5℃.
A Bình : Thế à. Vậy thì _____. Ở TP. HCM thì trời _____.
　　　　　 Thời tiết khoảng _____ độ.
A Kim　: Anh có thể _____ tôi khách sạn được không?
A Bình : Được chứ. Để tôi _____. Khi nào anh sang thì _____ với tôi nhé.

2.2. 🎧

A Kim　: Chào anh. Xin lỗi. Anh _____ hỏi ngân Hàng Vietcombank ở đâu ạ?
A Bình : Anh _____ đường này thì sẽ đến một _____.
　　　　　 Từ đó, anh _____ rồi đi tiếp thêm 1 _____ nữa, đến ngã tư _____ là thấy.
A Kim　: Đi thẳng đường này đến _____ thì rẽ phải, _____ đi qua một ngã tư nữa, đến _____ là sẽ thấy đúng không ạ?
A Bình : Vâng. _____.
A Kim　: Ngân hàng ở _____ anh nhỉ?
A Bình : Dạ, ngân hàng ở _____ của anh ấy.
A Kim　: Cảm ơn anh. Chào anh.
A Bình : Không có chi.

3 Luyện tập – 연습

3.1. Hãy hoàn thành các câu sau đây. (아래 문장을 완성하시오)

1. Khi tôi đang xem ti vi thì _____
2. Anh đi thẳng đường này thì _____
3. Khi anh về đến nhà thì _____
4. Tôi đang đi trên đường thì _____
5. Tôi vừa về nhà thì _____
6. Anh không hiểu thì _____

3.2. Trả lời câu hỏi. (물음에 답하시오)

1. Khi nào anh đi Việt Nam?
   _____

2. Khi nào chúng ta gặp nhau?
   _____

3. Khi nào anh về quê?
   _____

4. Khi nào anh học tiếng Việt xong?
   _____

5. Khi nào anh xong việc?
   _____

6. Khi nào anh đi gặp họ?
   _____

3.3. Điền từ đúng vào hình vẽ. (그림에 맞는 단어를 쓰시오)

_____   _____   _____

_____   _____   _____

1 Bài đọc – 읽기

MỘT VÀI SO SÁNH GIAO THÔNG CỦA HÀN QUỐC VÀ VIỆT NAM

Giao thông của Hàn Quốc và Việt Nam giống và khác nhau thế nào?

Giống nhau:

- Giao thông của Hàn Quốc và giao thông của Việt Nam đều phức tạp.
- Vào giờ cao điểm, ngày lễ, tết hay bị tắc đường.

Khác nhau:

- Phương tiện giao thông chính của Hàn Quốc là tàu điện ngầm, xe buýt, tắc xi, ô tô riêng.
- Phương tiện giao thông chính của Việt Nam là xe buýt, tắc xi và xe máy.
- Người Hàn Quốc chủ yếu dùng ô tô riêng, tàu điện ngầm và xe buýt.
- Người Việt Nam chủ yếu dùng xe máy, xe buýt. Việt Nam hiện đang xây dựng nhiều tuyến tàu điện ngầm.
- Hệ thống giao thông của Hàn Quốc hiện đại và tiện lợi hơn của Việt Nam.

Trả lời câu hỏi:

1. Giao thông Hàn Quốc và Việt Nam giống nhau thế nào?
2. Ở Hàn Quốc có những loại phương tiện giao thông nào?
3. Ở Việt nam có những loại phương tiện giao thông nào?
4. Người Hàn Quốc hay đi lại bằng gì?
5. Người Việt Nam đi lại bằng gì?

Từ vựng:

một vài:	몇 몇, 한두	**tàu điện ngầm:**	지하철
so sánh:	비교하다	**xe buýt:**	버스
giao thông:	교통	**tắc xi:**	택시
giống:	비슷하다	**ô tô riêng:**	자가용
khác nhau:	다르다	**xe máy:**	오토바이
phức tạp:	복잡하다	**chủ yếu:**	주로
giờ cao điểm:	러시아워	**xây dựng:**	건설하다
ngày lễ:	공휴일	**tuyến:**	노선
tết:	설날	**hiện đại:**	현대적이다
tắc đường:	길이 막히다	**tiện lợi:**	편리하다

BÀI 15 >>> Ở NGÂN HÀNG

I HỘI THOẠI

1. *Anh Nam* : A, chào anh Kim. Anh đến Việt Nam khi nào?
   Anh Kim : Chào anh Nam. Tôi đến Việt Nam hôm qua.
   Anh Nam : Anh đến Việt Nam để du lịch hay học tiếng Việt?
   Anh Kim : Để du lịch.
   Anh Nam : Bây giờ anh đi đâu?
   Anh Kim : Tôi đi đến ngân hàng để đổi tiền Việt.
   Anh Nam : Tôi cũng đang định đi ngân hàng. Chúng ta đi với nhau nhá?
   Anh Kim : Như thế thì tốt quá!

2. *Anh Kim* : Tôi muốn đổi 300 đô la sang tiền Việt.
   Nữ nhân viên : Anh muốn lấy tiền chẵn hay tiền lẻ?
   Anh Kim : Tôi lấy tiền chẵn. Tỉ giá hôm nay bao nhiêu?
   Nữ nhân viên : 1 đô la đổi được 21.000 đồng. Anh chờ một chút.
                   Của anh tất cả là 6.300.000 đồng.
   Anh Kim : Cám ơn cô.
   Nữ nhân viên : Không có gì! Chào anh!

3. *Anh Park* : Tôi muốn gửi tiền vào tài khoản!
   Nữ nhân viên : Anh điền thông tin cá nhân, số tài khoản và số tiền vào tờ "giấy gửi tiền" này nhé.
   Anh Park : Vâng. Tôi muốn mở thêm một sổ tiết kiệm.
   Nữ nhân viên : Anh muốn mở sổ tiết kiệm tiền Việt hay tiền đô?
   Anh Park : Tôi muốn mở sổ tiết kiệm tiền đô. Tôi gửi 800 đô.
   Nữ nhân viên : Vâng. Anh có thể rút tiền từ tài khoản ở các cây ATM, còn tiền tiết kiệm anh phải trực tiếp đến ngân hàng để rút.
   Anh Park : Vâng, tôi biết rồi.
   Nữ nhân viên : Anh có thẻ tín dụng chưa?
                   Ngân hàng đang có khuyến mại mở thẻ tín dụng.
   Anh Park : Tôi có rồi. Cảm ơn cô. Chào cô.
   Nữ nhân viên : Cảm ơn anh. Chào anh.

II TỪ VỰNG

hôm qua	어제
hay	혹은
đổi	바꾸다
tiền	돈
với nhau	함께, 같이
như thế thì	그러면
tốt	좋다
tỉ giá	환율
thông tin cá nhân	개인정보
trực tiếp	직접
khuyến mại	할인
gửi tiền	송금하다
tài khoản	계좌
số tài khoản	계좌번호
thẻ tín dụng	신용카드
nếu… thì…	만약 ~ 하면
cần	필요하다
rút tiền	출금하다
hãy	~ 하세요
giấy gửi tiền	송금 확인서
cây ATM	ATM기

※ Những cụm từ và câu cần nhớ - 기억해야 할 구문

a) Như thế thì tốt quá!

b) Anh / chị/ cô **chờ một chút**.

- Xin chờ một chút!   - Chờ một chút!

III GIẢI THÍCH NGỮ PHÁP

1 **Khi nào (=bao giờ, lúc nào, hồi nào) đứng cuối câu hỏi để hỏi về thời gian hành động đã xảy ra trong quá khứ**

의문문의 끝에 위치하여 과거에 일어난 행동의 시간에 대해 물을 때 쓰인다.

Ví dụ:

　　HỎI: Cô đến Việt Nam ***khi nào***?
　　　　　　　　　　　　　↓
　　ĐÁP: Tôi đến Việt Nam ***hôm qua***.

※ Chú ý phân biệt với câu hỏi có từ "***khi nào***" đứng ở đầu câu hỏi để hỏi hành động sẽ xảy ra trong tương lai (bài 14).

HỎI: ***Khi nào*** cô đến Việt Nam?
↓
ĐÁP: ***Ngày mai*** tôi sẽ đến Việt Nam.

2 Câu hỏi có từ "hay" biểu thị sự chọn lựa.

의문문에서 선택을 나타낼 때 쓰인다.

Ví dụ:

HỎI:	ĐÁP:
- Anh uống *cà phê* **hay** *bia*?	→ Tôi uống cà phê.
- Anh đi *Hà Nội* **hay** *thành phố Hồ Chí Minh*?	→ Tôi đi Hà Nội.
- Cô ấy là *bác sĩ* **hay** *y tá*?	→ (Cô ấy là) y tá.
- Anh đến Việt Nam để *du lịch* **hay** *học tiếng Việt*?	→ (Tôi đến Việt Nam) để học tiếng Việt?

3 Nhau: là đại từ đứng sau động từ để biểu thị quan hệ cùng hoạt động của nhiều đối tượng.

동사 뒤에 위치하여 여러 대상의 활동관계를 나타내기 위해서 쓰인다.

Ví dụ:

Chủ ngữ	**Vị ngữ**
- Tôi và anh Kim	- Gặp nhau lúc 8:00
- Chúng tôi	- Giúp đỡ nhau

Lưu ý: tuỳ theo động từ, từ nhau có thể là "***với nhau***", "***cho nhau***"…

동사에 따라 nhau는 "với nhau" 와 "cho nhau" 가 될 수 있다.

Ví dụ:

a) Tôi viết thư cho cô Lee.　　→ Tôi và cô Lee viết thư cho nhau.
　- Cô Lee viết thư cho tôi.

b) Tôi đi ăn cơm với anh Kim.　→ Tôi và anh Kim ăn cơm với nhau.
　- Anh Kim ăn cơm với tôi.

4 Câu điều kiện – kết quả: (조건 ~결과문)

Mô hình:

> ***Nếu*** + chủ ngữ + vị ngữ – ***thì*** – chủ ngữ + [***sẽ*** - động từ/tính từ …]

Ví dụ:

- **Nếu** tôi có tiền **thì** tôi sẽ mua xe máy.
- **Nếu** anh Kim muốn học tiếng Việt **thì** tôi sẽ dạy cho anh ấy.

5 **Hãy**: là phụ từ đứng trước động từ để biểu thị ý nghĩa yêu cầu, đề nghị hoặc mệnh lệnh.

동사의 앞에 위치하여 요구, 제의, 명령을 나타내기 위해서 쓰인다.

Ví dụ:
- Anh **hãy** gặp tôi lúc 6:00 tối!
- Cô Lee **hãy** viết thư cho anh Bình!

IV. LUYỆN TẬP

1 **Tra từ điển để biết nghĩa các từ sau** (아래 단어를 사전에서 찾아서 쓰시오)

hôm nay: hôm qua: tuần này:
ngày mai: hôm kia: tuần trước:
ngày mốt: dạo này: tuần sau:

2 **Hôm nay là ngày 4 tháng 11. Sinh viên hãy nhìn lịch dưới đây để trả lời câu hỏi** (오늘은 11월 4일입니다. 아래 달력을 보고 물음에 답하시오)

Chủ nhật	Thứ hai	Thứ ba	Thứ tư	Thứ năm	Thứ sáu	Thứ bảy
1	2	3	4	5	6	7
8	9	10	11	12	13	14

a) Hôm nay là **thứ mấy**?   → Hôm nay là thứ tư.
b) Hôm qua là thứ mấy?   → _____
c) Hôm kia là thứ mấy?   → _____
d) Ngày mai là thứ mấy?   → _____
e) Ngày mốt là thứ mấy?   → _____
f) Hôm nay là **ngày mấy**?   → Hôm nay là ngày 4 tháng 11.
g) Hôm qua là ngày mấy?   → _____
h) Hôm kia là ngày mấy?   → _____
i) Ngày mai là ngày mấy?   → _____
j) Ngày mốt là ngày mấy?   → _____
k) Thứ tư tuần sau là ngày mấy? → _____

3 Trả lời câu hỏi (물음에 답하시오)

a) Anh uống trà hay cà phê? → _____
b) Cô đi học hay đi chơi? → _____
c) Cô biết tiếng Anh hay tiếng Pháp? → _____
d) Ông Nam là giám đốc hay nhân viên? → _____
e) Anh thích xe hơi hay xe máy? → _____
f) Chị đi Trung Quốc hay Việt Nam? → _____

4 Đặt câu hỏi (물음을 만드시오)

a) _____ → Tôi đến Việt Nam hôm qua.
b) _____ → Tuần sau, tôi sẽ đến Việt Nam.
c) _____ → Tôi mới gặp anh Park hôm kia.
d) _____ → Chúng tôi mua xe máy tuần trước.
e) _____ → Ngày mai tôi sẽ đi Trung Quốc.

5 Chuyển hai câu thành một câu (sử dụng "*nhau*", "*với nhau*"?)
("nhau", "với nhau"를 사용하여 두 문장을 연결하여 한 문장으로 만드시오)

a) Tôi gọi điện thoại cho cô Lee. Cô Lee gọi điện thoại cho tôi.
→ _____

b) Anh Kim sống với anh Lee. Anh Lee sống với anh Kim ở ký túc xá.
→ _____

c) Tôi hỏi cô Lan. Cô Lan hỏi tôi.
→ _____

d) Tôi thích cô Hoa. Cô Hoa cũng thích tôi.
→ _____

6 Hoàn thành những câu dưới đây (아래 문장을 완성하시오)

a) Nếu tôi có tiền thì _____.
b) Nếu anh Kim gọi điện thoại cho tôi thì _____.
c) Nếu trời mưa thì _____.
d) _____ thì tôi sẽ rất vui.
e) _____ thì tôi sẽ học tiếng Việt.

7 Chuyển những câu dưới đây thành câu đề nghị với từ "hãy"
("hãy"를 사용하여 아래 문장을 제의 문장으로 바꾸시오)

Ví dụ:

- Anh Kim không đọc sách → Anh Kim hãy đọc sách đi!

a) Hôm nay, cô Lee không đi học.   → _____

b) Anh Park không muốn mở máy lạnh. → _____

c) Cô Lee không thích ăn phở.   → _____

d) Tôi không mua xe máy.   → _____

BÀI ĐỌC

Tiền của Việt Nam phần lớn là tiền giấy. Hiện nay, tiền có giá trị thấp là những tờ 500 đồng, 1 000 đồng, 2 000 đồng, 5 000 đồng, 10 000 đồng và 20 000 đồng. Tiền có giá trị cao là những tờ 50 000 đồng, 100 000 đồng, 200 000 đồng và 500 000 đồng. Người Việt Nam gọi những tờ có giá trị thấp là "tiền lẻ" và gọi tiền có giá trị cao là "tiền chẵn".

Trong buôn bán nhỏ, người ta rất cần tiền lẻ nhưng trong kinh doanh lớn thì tiền chẵn rất cần thiết để thanh toán.

Người nước ngoài đến Việt Nam có thể đổi tiền Việt ở các quầy đổi tiền tại sân bay hoặc ở các ngân hàng.

Từ vựng:

tiền giấy:	지폐
giá trị:	가치
thấp:	낮다
tiền lẻ:	소액권, 잔돈
phần lớn:	대부분
tiền chẵn:	고액권
buôn bán:	상업을 하다
kinh doanh:	경영하다
thanh toán:	청산하다
quầy đổi tiền:	환전하는 곳

Lưu ý! (유의)

- *"**tờ**" là loại từ, "**tờ**" luôn đứng trước những danh từ như "**báo**", "**giấy**" và những loại **tiền giấy**.*

Ví dụ: - *Tôi mua 1 **tờ báo**.*

- *Tôi có 2 **tờ giấy**.*

- *Tôi có 2 **tờ** 5 000 đồng và 2 **tờ** 10 000 đồng.*

- **"gọi A là B":**

Ví dụ: Người Việt Nam **gọi** computer **là** "máy vi tính"

Người miền Bắc Việt Nam gọi xe hơi là "ô tô"

※ **Sinh viên hãy viết hoặc nói về tiền Won của Hàn Quốc.**

심화학습 (작문청취)

1 **Đặt câu theo ngữ pháp** – 작문을 하시오.

1.1. Khi nào (= bao giờ, lúc nào, hồi nào): 언제

Đứng ở cuối câu để hỏi về hành động đã xảy ra trong quá khứ.
(물음 맨 뒤에 위치하여 과거에 이루어진 행동을 물을 때 쓰인다)

Ví dụ: Anh cưới vợ khi nào?   - Tôi cưới cách đây 2 năm.
            Anh làm việc cho công ty Sam Sung từ khi nào?
            Anh gặp cô ấy bao giờ?
            Tôi nói như vậy bao giờ?
            Anh Kim đi công tác khi nào?
            Công ty các anh đầu tư vào Việt Nam từ khi nào?

1.2. Câu hỏi có từ "hay": (이)나, 거나…

Biểu thị lựa chọn. (선택을 나타낸다)

Ví dụ: Anh ăn cơm hay ăn phở?
            Anh uống gì? Bia hay rượu?
            Anh định đi hay ở lại?
            Anh có gặp cô ấy hay không?
            Cô ấy có nói hay không?

1.3. Nhau: 서로

Đứng sau động từ để biểu thị quan hệ cùng hoạt động của nhiều đối tượng.
(동사 뒤에 위치하여 함께 활동한 관계를 나타낸다)

Ví dụ: Tôi và anh Park gặp nhau lúc 8:00.
            Chúng tôi gặp nhau rồi đi ăn tối.
            Khi nào chúng ta gặp nhau?
            Hai công ty đã ký hợp đồng làm ăn với nhau.
            Chúng tôi thường giúp đỡ nhau trong công việc.

Với nhau: 와/과 같이 서로…

            Tôi đi ăn cơm với anh Kim.
            Anh kim đi ăn cơm với tôi.   ⇒ Tôi và anh Kim đi ăn cơm với nhau.

            Tôi nói với anh Park.
            Anh Park nói với tôi.   ⇒ Chúng tôi nói chuyện với nhau.

Chúng nó ngủ với nhau.

Chúng nó đi với nhau.

Chúng nó cười với nhau.

Họ thì thầm với nhau điều gì đó.

Hai bên đối tác làm việc với nhau.

Việt Nam và Hàn Quốc thiết lập quan hệ ngoại giao với nhau.

Cho nhau: 에게/ 께 서로⋯

Tôi và anh Park viết thư cho nhau.

Họ gọi điện thoại cho nhau.

Hai bên gặp nhau và nói cho nhau những thông tin quan trọng.

1.4. Câu điều kiện-kết quả. (조건 + 결과 관계를 나타낸 문장)

Nếu + chủ ngữ + vị ngữ - thì - chủ ngữ + [sẽ - động từ/tính từ⋯]

Nếu tôi có tiền thì tôi sẽ đi du lịch vòng quanh thế giới.

Nếu anh đến thì tôi sẽ rất vui.

Nếu ngày mai tôi không nộp báo cáo thì tôi sẽ bị đuổi việc.

Nếu uống rượu thì đừng lái xe.

2 Luyện tập – 복습

2.1. Trả lời câu hỏi.

Anh thích sống ở Hàn Quốc hay ở Việt Nam?

- _____

Anh thích uống trà hay cà phê?

- _____

Anh nói được tiếng Anh hay tiếng Nhật?

- _____

Anh thích đi taxi hay đi xe buýt?

- _____

Chị thích đi du lịch Việt Nam hay Trung Quốc?

- _____

Anh thích đi học hay đi làm việc?

- _____

2.2. Đặt câu hỏi.

- _____

Tôi gặp họ hôm qua.

- _____

Tuần tới tôi sẽ đi Hàn Quốc.

- _____

Sang năm tôi cưới vợ.

- _____

Tháng sau tôi đi Việt Nam.

- _____

Tối nay chúng ta gặp nhau đi.

2.3. Sử dụng "nhau", "với nhau" để viết câu. ("nhau", "với nhau"를 사용하여 작문을 하시오)

Tôi yêu cô ấy. Cô ấy cũng yêu tôi.

- Chúng tôi yêu _____

Anh ấy thông cảm cho tôi. Tôi cũng thông cảm cho anh ấy.

- Chúng tôi thông cảm _____

Anh Bình nói chuyện với anh Park. Anh Park nói chuyện với anh Bình.

- Họ nói chuyện _____

Công ty A hợp tác với công ty B. Công ty B cũng hợp tác với công ty A.

- Hai công ty hợp tác _____

Tôi giúp cô Lee làm việc. Cô Lee cũng giúp tôi làm việc.

- Chúng tôi giúp _____

2.4. Hoàn thành câu. (문장을 완성하시오)

1. Nếu có tiền thì _____
2. Nếu anh không hiểu thì _____
3. Nếu anh ấy không đến thì _____
4. Nếu anh đi Việt Nam thì _____
5. Nếu anh thích cái đó thì _____
6. Nếu trời cứ tiếp tục lạnh thì _____
7. Nếu tôi không làm xong công việc hôm nay thì _____
8. Nếu anh ấy hỏi thì _____
9. Nếu anh ấy đến tìm tôi thì _____
10. Nếu ngày mai thời tiết tốt thì _____

3 Nghe và điền vào chỗ trống - 듣기

3.1. 🎧

Nhân viên : Chào anh. Xin lỗi, anh _____ ạ?

A. Kim : Chào em. Anh _____ đô la _____ tiền Việt. Hôm nay _____ thế nào em?

Nhân viên : Dạ, hôm nay giá đô _____ là 20,85 còn _____ là 20,93 ạ.

	Anh _____ bao nhiêu ạ?
A. Kim	: Cho anh _____ đô la.
Nhân viên	: Xin anh chờ một chút ạ.
	Dạ, _____ của anh đây ạ. Tất cả là _____ đồng ạ.
A. Kim	: Cảm ơn em.
Nhân viên	: Dạ, chào anh.

3.2. 🎧

Nhân viên	: Chào anh. Xin lỗi, _____ ạ?
A. Kim	: Chào em. Anh _____ vào số tài khoản này.
Nhân viên	: Dạ, xin anh hãy _____ vào phiếu này ạ.
	Xin anh cho em _____ ạ.
A. Kim	: Bao giờ thì tiền vào _____ hả em?
Nhân viên	: Dạ, sau 15 phút gửi ạ.
	Xong rồi thưa anh. _____ của anh đây ạ.
A. Kim	: Cảm ơn em.
Nhân viên	: Dạ, chào anh.

3.3. 🎧

A. Kim	: Em ơi. Cho anh hỏi nếu anh _____ thì phải làm thế nào?
Nhân viên	: Dạ, anh có thể _____ đến ngân hàng để rút ạ.
	Hoặc anh cũng có thể _____ cây ATM.
	Khi đi, anh nhớ _____ hộ chiếu ạ.
A. Kim	: Cảm ơn em.
Nhân viên	: Dạ, chào anh.

4 Bài đọc - 읽기 🎧

ĐỔI TIỀN, GỬI TIỀN VÀ RÚT TIỀN

Nếu muốn đổi tiền ở Việt Nam bạn sẽ làm thế nào?

Nếu muốn đổi tiền ở Việt Nam tôi sẽ đến ngân hàng.

Ở đó, tôi sẽ nói với nhân viên ngân hàng rằng:

Tôi muốn đổi đô la sang tiền Việt.

Tôi sẽ hỏi: Hôm nay, tỉ giá thế nào?

Và nói: Tôi muốn đổi 500 đô la sang tiền Việt.

Nếu muốn gửi tiền vào tài khoản hoặc gửi cho ai đó tôi sẽ đến ngân hàng.

Ở đó, tôi sẽ đưa số tài khoản và nói: Tôi muốn gửi tiền vào tài khoản này.

Nếu muốn rút tiền, tôi sẽ đến ngân hàng.

Ở đó, tôi sẽ đưa số tài khoản và hộ chiếu của tôi cho nhân viên ngân hàng và nói:

Tôi muốn rút tiền từ tài khoản này.
Nếu tôi có thẻ ATM, tôi có thể rút tiền tại cây ATM.

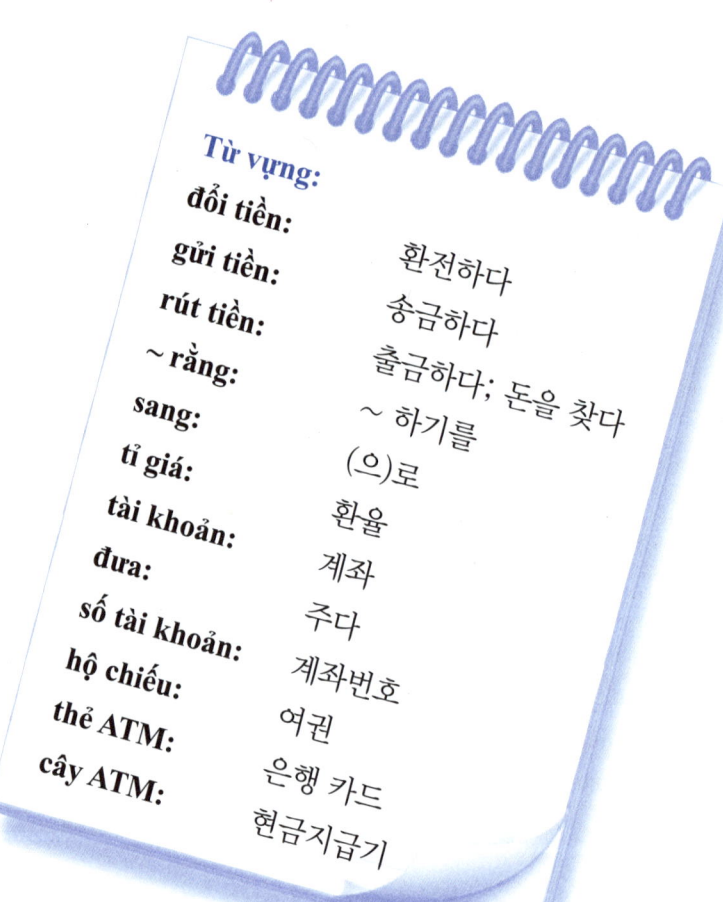

Từ vựng:

đổi tiền: 환전하다
gửi tiền: 송금하다
rút tiền: 출금하다; 돈을 찾다
~ rằng: ~ 하기를
sang: (으)로
tỉ giá: 환율
tài khoản: 계좌
đưa: 주다
số tài khoản: 계좌번호
hộ chiếu: 여권
thẻ ATM: 은행 카드
cây ATM: 현금지급기

BÀI 16 ĐI DU LỊCH

I. HỘI THOẠI

1. Ở bến xe

Anh Kim	: Chị bán cho tôi một vé đi Nha Trang!
Người bán vé	: Anh muốn đi chuyến mấy giờ?
Anh Kim	: Tôi muốn đi chuyến 8:00 sáng. Bao nhiêu tiền một vé?
Người bán vé:	: 150 000 đồng. Vé của anh đây.
Anh Kim	: Từ thành phố Hồ Chí Minh đến Nha Trang mất bao lâu?
Người bán vé	: Khoảng 7 tiếng.
Anh Kim	: Từ Nha Trang đến Huế bao xa?
Người bán vé	: Xin lỗi anh, tôi không biết.

2. Ở phòng vé máy bay

Anh Kim	: Cô bán cho tôi một vé đi Hà Nội!
Người bán vé	: Anh muốn đi ngày nào?
Anh Kim	: Dạ, ngày mai.
Người bán vé	: Anh muốn đi chuyến 8:00 hay 10:00?
Anh Kim	: Dạ, chuyến 8:00.
Người bán vé	: Anh mua vé một chiều hay vé khứ hồi?
Anh Kim	: Dạ, khứ hồi. Bao nhiêu tiền một vé?
Người bán vé	: Hai triệu bảy trăm ngàn đồng!

3.

Anh Nam	: Anh Kim đi du lịch có vui không?
Anh Kim	: Rất vui! Đầu tiên tôi đi Nha Trang bằng xe tốc hành. Tôi ở Nha Trang 2 ngày. Sau đó, tôi mua vé máy bay đi Hà Nội. Sau khi đến Hà Nội tôi đi tham quan nhiều nơi. Tôi cũng đi Hải Phòng.
Anh Nam	: Trước khi trở lại thành phố Hồ Chí Minh anh ở đâu?
Anh Kim	: Vì không có vé nên tôi ở Hải Phòng 2 ngày.

II TỪ VỰNG

- vé — 표
- chuyến — 차편
- bao lâu — 얼마동안 걸립니까?
- tiếng — 시간
- bao xa — 얼마나 멉니까?
- (vé) một chiều — 편도표
- (vé) khứ hồi — 왕복표
- xe tốc hành — 고속버스
- sau đó — 그 후에
- sau khi — ~후에
- trước khi — ~전에
- trở lại — 돌아오다
- vì…nên… — ~때문에 ~그래서

※ Những cụm từ và câu cần nhớ – 기억해야 할 구문

a. (Cô/ chị/ anh) bán cho tôi 1 vé đi…

b. Từ…đến…mất bao lâu?

c. Từ…đến…bao xa?

d. Vé của anh đây!

III GIẢI THÍCH NGỮ PHÁP

1 Phân biệt các từ "sau", "sau khi", "sau đó", "trước", "trước khi" và "trước đó"

a) *"Sau"* và *"trước"*:

Mô hình:

> SAU + thời gian
> TRƯỚC

Ví dụ: - Sau thứ hai là thứ ba.
          - Tôi sẽ gặp anh Kim trước 5:00

b) *"Sau khi"* và *"trước khi"*:

Mô hình:

Bộ phận phụ của câu	Bộ phận chính của câu
SAU KHI + động từ +… TRƯỚC KHI	**Chủ ngữ - vị ngữ**

Ví dụ:
- Sau khi ăn cơm,   tôi đi học.
- Trước khi về Hàn Quốc,   chúng ta gặp nhau.

c) *"Sau đó"* và *"trước đó"*:

Mô hình:

Câu thứ 1	Câu thứ 2
-Tôi đến Hà Nội **ngày 1 tháng 2**. -Tôi gặp anh Kim **hôm qua**.	Sau **đó**, tôi đi Huế Trước **đó**, tôi thường gọi điện thoại.

2 Câu hỏi ngắn cuối câu

Mô hình:

Bộ phận chính của câu	Câu hỏi ngắn
Chủ ngữ - vị ngữ	**Có … không?**

Ví dụ:

HỎI: - Anh đi du lịch *có* vui *không*?
ĐÁP: - Dạ, có. (Tôi rất vui)

HỎI: - Hôm nay, cô Lee học tiếng Việt có mệt *không*?
ĐÁP: - Dạ, không. (cô Lee không mệt)

3 "…mất bao lâu?": dùng để hỏi về thời gian để thực hiện.

실행되는 시간에 대해 물을 때 쓰인다.

Ví dụ:

HỎI: Từ chợ Bến Thành đến nhà anh đi bằng xe máy **mất bao lâu**?
ĐÁP: [Từ chợ Bến Thành đến nhà tôi đi bằng xe máy] **mất 15 phút**.

4 "?…bao xa?": dùng để hỏi về khoảng cách.

거리에 대해 물을 때 쓰인다.

Ví dụ:

HỎI: Từ chợ Bến Thành đến nhà anh **bao xa**?
ĐÁP: [Từ chợ Bến Thành đến nhà tôi] **khoảng 2 ki lô mét**.

5 Câu nguyên nhân – kết quả: (원인~결과문)

Mô hình:

> ***Vì** – chủ ngữ – vị ngữ – **nên** – chủ ngữ – vị ngữ*

Ví dụ:

-Vì tôi không có xe máy nên tôi không đi chơi.
-Vì trời mưa nên chúng tôi ở nhà.

IV LUYỆN TẬP

1 Điền các từ: sau, trước, sau khi, trước khi, sau đó, trước đó
("사우", "쯔억", "사우 키", "쯔억 키", "사우 도", "쯔억 도"를 골라 빈칸을 채우시오)

  a) Tôi sẽ về nhà _____ 5:00 chiều.
  b) _____ là tháng hai.
  c) _____ học tiếng Việt, tôi sẽ về Hàn Quốc.
  d) _____ mùa thu là mùa đông.
  e) Tôi đi học lúc 7:30. _____ tôi ăn sáng.
  f) _____ chơi bóng bàn, tôi sẽ chơi bóng đá.
  g) _____ năm 1999, tôi sống ở Seoul.

2 Hoàn thành câu (문장을 완성하시오)

  a) _____ có vui không?
     - Dạ có.
  b) _____ có thú vị không?
     - Dạ không.
  c) _____ có tốt không?
     - Dạ có.
  d) _____ có mệt không?
     - Dạ không.
  e) _____ có thuận tiện không?
     - Dạ không.

3 Trả lời câu hỏi (물음에 답하시오)

  a) Từ Hà Nội đến Seoul đi bằng máy bay mất bao lâu?
  _____

  b) Anh ăn sáng mất bao lâu?
  _____

  c) Cô Lee viết thư cho cô Kang mất bao lâu?
  _____

  d) Cô Lan đi bộ về nhà mất bao lâu?
  _____

  e) Từ nhà cô Lee đến trường đại học bao xa?
  _____

  f) Từ Sài Gòn đến Củ Chi bao xa?
  _____

4 **Hoàn thành những câu dưới đây** (아래 문장을 완성하시오)

a) Vì mẹ tôi mệt nên _____

b) Vì tôi nói tiếng Việt giỏi nên _____

c) Vì tôi thích Hà Nội nên _____

d) Vì cô Lan đẹp hơn cô Hoa nên tôi _____

e) Vì hôm nay tôi rất bận nên _____

f) Vì trời rất nóng nên _____

BÀI ĐỌC

Bạn có muốn đi du lịch không?

Bạn có thể đến Việt Nam để du lịch. Đầu tiên, bạn có thể đến Hà Nội để tham quan những di tích nổi tiếng. Phong cảnh ở Hà Nội rất đẹp. Hà Nội có nhiều hồ rất đẹp. Sau khi tham quan Hà Nội, bạn có thể đến Huế, bạn có thể tham quan những phố cổ. Sau đó, bạn hãy đến Nha Trang hoặc đến Đà Lạt. Khí hậu Đà Lạt rất tuyệt. Sau khi tham quan Đà Lạt, bạn hãy đến Vũng Tàu để ngắm biển.

Cuối cùng, bạn hãy đến thành phố Hồ Chí Minh. Ở thành phố này, bạn sẽ có những ngày du lịch thú vị.

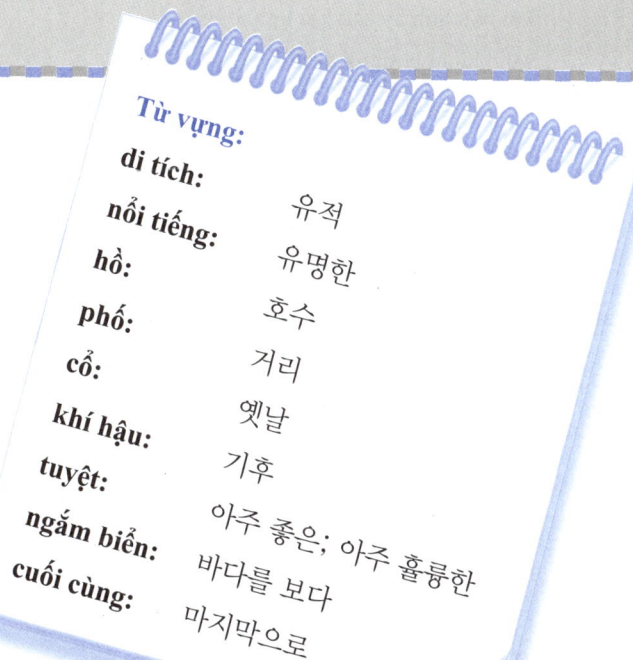

Từ vựng:

di tích: 유적

nổi tiếng: 유명한

hồ: 호수

phố: 거리

cổ: 옛날

khí hậu: 기후

tuyệt: 아주 좋은; 아주 훌륭한

ngắm biển: 바다를 보다

cuối cùng: 마지막으로

※ **Sinh viên hãy nói về những nơi du lịch ở Hàn Quốc.**

심화학습 (작문청취)

1 **Đặt câu theo ngữ pháp** – 작문을 하시오.

1.1. Phân biệt: "sau", "sau khi", "sau đó", "trước", "trước khi", "trước đó"
("sau", "trước", "sau khi", "trước khi", "sau đó", "trước đó"를 구분하시오)

a. "Sau" và "trước" + thời gian; N:

Ví dụ: Tôi thường đi ngủ sau 11 giờ.
Tôi bắt đầu học sau 9 giờ sáng.
Sau ngày mai, tôi không còn ở đây nữa.
Từ sau hôm ấy, chúng tôi không nói chuyện với nhau nữa.
Nó đứng ngay sau tôi.
Người đứng sau giám đốc là vợ ông ấy.
Chúng ta gặp nhau trước 11 giờ đi.
Họ gặp nhau trước cổng trường.
Người đang ngồi trước anh ấy là ai vậy?
Trước nhà tôi có một cánh đồng.

b. "sau khi = …후에…" và "trước khi…전에…":

Ví dụ: Sau khi tốt nghiệp anh sẽ làm gì?
Tôi biết anh ấy sau khi anh ấy vào công ty.
Sau khi ăn cơm tôi xem ti vi.
Sau khi gặp nhau chúng tôi đã chia tay.
Trước khi nói phải nghĩ cho kỹ.
Trước khi ăn cơm phải rửa tay sạch sẽ.
Trước khi giám đốc về, tôi phải hoàn thành công việc này.

c. "sau đó = 그 다음에, 그 후에, 그 뒤에", "trước đó = 그 전에, 그 앞에"

Ví dụ: Tôi ngủ dậy lúc 6 giờ. Sau đó, tôi tập thể dục buổi sáng.
Chúng tôi gặp nhau, sau đó đi uống cà phê.
Anh ấy đi Hàn Quốc. Sau đó, chúng tôi không liên lạc với nhau nữa.
Tôi đang sống ở Hàn Quốc. Trước đó, tôi sống ở Việt Nam.
Đến Hàn Quốc chúng tôi mới biết nhau. Trước đó, chúng tôi không biết nhau.
Hôm qua tôi đến công ty ấy về. Trước đó, tôi cũng đến đó mấy lần rồi.

1.2. Câu hỏi ngắn cuối câu:

Ví dụ: Anh học tiếng Việt có khó không?
Công ty tôi đang có dự án mới, anh có tham gia không?

Tuần sau, chúng tôi đi leo núi, anh có đi không?

Anh ăn phở có ngon không?

Nhận được món quà đó, anh có thích không?

1.3. "⋯mất bao lâu?"

hỏi thời gian thực hiện hành động. (행동을 진행하는 시간을 물을 때 쓰인다)

Ví dụ: Từ nhà anh đến trường đi mất bao lâu?

Anh làm việc đó mất bao lâu?

Anh làm bài tập mất bao lâu?

Mất bao lâu để anh quen với cuộc sống mới ở Hàn Quốc?

1.4. "⋯bao xa?"

hỏi quãng đường. (간격을 물을 때 쓰인다)

Ví dụ: Từ nhà anh đến trung tâm thành phố bao xa?

Từ Seoul đến Busan bao xa?

Từ trường đại học ngoại ngữ Hàn Quốc đến nhà anh bao xa?

1.5. "vì⋯ nên⋯"

câu nguyên nhân - kết quả (원인 – 결과를 나타낸 문장)

Ví dụ: Vì trời lạnh quá nên chúng tôi không đi ra ngoài.

Vì khủng hoảng kinh tế thế giới nên năm ngoái kinh tế Hàn Quốc gặp nhiều khó khăn.

Vì tắc đường nên tôi bị muộn.

Vì học chăm chỉ nên anh Kim nói tiếng Việt rất giỏi.

Vì yêu cô ấy nên tôi đã quyết định cưới cô ấy làm vợ.

2 Luyện tập – 연습

2.1. Điền từ thích hợp vào chỗ trống. (빈칸을 채우시오)

1. Hôm nay chúng tôi sẽ gặp nhau _____ 3 giờ chiều.
2. _____ tháng 2 là tôi đi Mỹ.
3. _____ gặp cô ấy, tôi rất thích cô ấy.
4. _____ ăn cơm xong, chúng tôi đi xem phim.
5. Năm nay tôi mới bắt đầu học tiếng Việt. _____ tôi không biết gì về tiếng Việt cả.
6. _____ cô ấy đi chúng ta phải gặp cô ấy.
7. _____ đến tôi phải chuẩn bị những gì?
8. _____ tôi đến Hà Nội. _____ tôi sẽ đi Vịnh Hạ Long.

9. _____ giờ học, chúng tôi đi về nhà.
10. _____ họ phát hiện ra, chúng ta phải đi nhanh lên.

2.2. Hãy dịch sang tiếng Việt. (베트남어로 쓰시오)
1. 베트남어 공부는 재미 있어요?
2. 영화 보기가 재미 있어요?
3. 그 회사에서 일을 하기가 힘들어요?
4. 제가 말해도 돼요?
5. 당신 집에서 여기까지 가는게 편해요?
6. 새 것을 사려고 했는데 비싸요?

2.3. Hãy trả lời câu hỏi (물음에 답하시오)
1. Từ Seoul đến Busan bao xa?
   _____
2. Từ nhà anh đến trường bao xa?
   _____
3. Từ nhà anh đến công ty bao xa?
   _____
4. Từ Seoul đến Busan đi bằng tàu cao tốc mất bao lâu?
   _____
5. Từ sân bay Incheon đi sân bay Tân Sơn Nhất (TP HCM) mất bao lâu?
   _____

2.4. Hoàn thành những câu sau (아래 문장을 완성하시오)
1. Vì tôi chuẩn bị đi làm việc ở Việt Nam nên _____
2. Vì trời lạnh nên _____
3. Vì tôi có khách nên _____
4. Vì chưa xong việc nên _____
5. Vì công ty tôi đang đầu tư ở Việt Nam nên _____

3 Nghe và điền từ vào chỗ trống - 듣고 빈칸에 맞는 단어를 쓰세요.

3.1. 🎧

Quê tôi _____ Hae Nam
Haenam _____ phía nam của Hàn Quốc.
_____ Seoul _____ Haenam khoảng 500km.
Haenam _____ là miền đất cuối cùng của bán đảo Hàn.
Ở Haenam có chùa Taehung, chùa Mihoang nổi tiếng và _____ ở Haenam rất đẹp.

Haenam có một số _____ như: kim, lúa gạo và hải sản.

Haenam còn có nhiều _____ cho nên có nhiều người thường _____ để mua.

Hiện nay, mẹ của tôi _____ ở quê một mình.

Vì quê tôi _____ nên một năm tôi chỉ về quê 2 lần thôi.

Tôi _____ nhưng tôi hay gọi điện thoại cho mẹ tôi.

3.2. 🎧

Tại sao người Hàn Quốc _____ kim chi ?

Theo tôi _____ lý do.

Người Hàn Quốc _____ kim chi vì:

- Kim chi là _____ của người Hàn Quốc.
- Kim chi rất _____ vị của người Hàn Quốc.
- Vì kimchi rất _____ cho sức khỏe.
- Nghe nói kimchi _____ vitamin và nếu ăn kim chi thì _____ tăng sức đề kháng.

4 Nói – 말하기

So sánh văn hóa Việt Nam và văn hóa Hàn Quốc

Theo tôi, văn hóa Việt Nam và văn hóa Hàn Quốc có điểm giống và điểm khác nhau như:

Điểm giống:

Việt Nam và Hàn Quốc đều chịu ảnh hưởng của Nho giáo Trung Quốc cho nên:

Người Việt Nam và người Hàn Quốc đều tôn kính người già.

Việt Nam và Hàn Quốc đều ăn tết âm lịch, có tết trung thu.

Người Việt Nam và người Hàn Quốc đều về quê ăn tết, thăm ông bà, bố mẹ và họ hàng.

Người Việt Nam và người Hàn Quốc đều hiếu học.

Ngày xưa, gia đình của người Việt Nam và gia đình của người Hàn Quốc thường là gia đình nhiều thế hệ nhưng ngày nay, chủ yếu là gia đình hạt nhân.

Điểm khác:

Người Hàn Quốc thì ăn cay còn người Việt Nam thì ăn hơi ngọt và chua.

Trang phục truyền thống của Việt Nam là áo dài còn trang phục truyền thống của Hàn Quốc là Hanbok.

Hiện nay, người Hàn Quốc hay ở chung cư còn người Việt Nam thường ở nhà riêng.

Người Hàn Quốc thì nóng tính, làm việc nhanh còn người Việt Nam thì hiền, làm việc chậm.

Từ vựng:

văn hóa:	문화	**theo tôi:**	제 생각에
điểm giống:	유사점	**điểm khác:**	차이점
chịu ảnh hưởng:	영향을 받다	**Nho giáo:**	유교
tôn kính:	존경하다	**người già:**	늙은이
ăn tết:	설날을 보내다	**âm lịch:**	음력
tết trung thu:	추석	**thăm:**	방문하다
họ hàng:	친척	**hiếu học:**	학구열이 높다
ngày xưa:	옛날	**gia đình nhiều thế hệ:**	대가족
gia đình hạt nhân:	핵가족	**cay:**	맵다
ngọt:	달다	**chua:**	시다
trang phục:	복장	**truyền thống:**	전통
chung cư:	아파트	**nhà riêng:**	개인주택
nóng tính:	성격이 급하다	**hiền:**	착하다

BÀI 17 >>> TÔI CHƯA QUEN KHÍ HẬU VIỆT NAM

I HỘI THOẠI

1. Anh Nam : Anh Park sống ở Việt Nam (được) bao lâu rồi?
   Anh Park : Tôi sống ở Việt Nam được 3 tháng rồi.
   Anh Nam : Anh đã quen khí hậu Việt Nam chưa?
   Anh Park : Dạ chưa, tôi chưa quen khí hậu Việt Nam.

2. Anh Nam : Hôm nay anh đi đâu?
   Anh Park : Hôm nay tôi ở nhà. Hôm nay trời mưa to quá! Tôi nghe nói là sắp có bão, phải không?
   Anh Nam : Dạ phải, tôi cũng nghe nói như vậy.

3. Anh Park : Ôi, trời lạnh quá!
   Anh Nam : Anh biết nhiệt độ hôm nay không?
   Anh Park : Tôi nghe nói là 8° (8 độ).
   Anh Nam : Trời ơi, 8°!. Anh đã mua áo ấm chưa?
   Anh Park : Dạ rồi, tôi (đã) mua áo ấm rồi! Khí hậu Việt Nam giống khí hậu Hàn Quốc.

4. Anh Park : Axx...xì! Xin lỗi, chào bác sĩ!
   Bác sĩ : Chào anh! Anh bị cảm à?
   Anh Park : Dạ vâng.
   Bác sĩ : Anh đã uống thuốc chưa?
   Anh Park : Dạ chưa.
   Bác sĩ : Anh có nhức đầu không?
   Anh Park : Dạ có.
   Bác sĩ : Anh bị cảm bao lâu rồi?
   Anh Park : Dạ, tôi bị cảm 2 ngày rồi.
   Bác sĩ : Anh có bị đau dạ dày không?
   Anh Park : Dạ, không.
   Bác sĩ : Vậy anh uống thuốc này trong 3 ngày. Sáng, trưa, tối ngày 3 lần sau bữa ăn 30 phút. Không được uống rượu.
   Anh Park : Cám ơn bác sĩ.

II TỪ VỰNG

• Chưa	아직
• quen	익숙하다
• khí hậu	기후
• (được) bao lâu rồi?	얼마나 되었습니까?
• sắp	곧
• bão	태풍
• nghe nói	듣기에…; …다고 들었다.
• như vậy	그렇게…
• nhiệt độ	온도
• độ	도
• áo ấm	따뜻한 옷
• giống	비슷하다
• (bị) cảm	감기에 걸리다
• à? (*từ dùng để hỏi và xác định lại cho đúng*)	긍정적인 대답을 기대하고 물을 때 사용하는 의문사
• uống thuốc	약을 먹다
• nhức đầu	머리가 아프다
• trong + (thời gian)	(시간)에
• không được	안되다
• rượu	술

※ Những cụm từ và câu cần nhớ - 기억해야 할 구문

a) Tôi cũng nghe nói như vậy.
b) Trời ơi!
c) Tôi nghe nói là _____.
d) Không được uống rượu.

III GIẢI THÍCH NGỮ PHÁP

1 **Câu hỏi: "Anh *đã* quen khí hậu Việt Nam *chưa*?". Đây là câu hỏi mà người hỏi muốn hỏi "*đã quen*" hay "*chưa quen*".**

이미 행하여진 일인지 아닌지에 대해서 물을 때 묻는 의문문

Mô hình:

> Chủ ngữ + ***đã*** – động từ – (danh từ) ….+ ***chưa*?**

Ví dụ:

HỎI:	ĐÁP:
a) Anh *đã đi* Nha Trang *chưa*?	- Dạ *rồi*. Tôi *đã đi* Nha Trang *rồi* (*Khẳng định*)
	- Dạ *chưa*. Tôi *chưa* đi Nha Trang. (*Phủ định*)
b) Cô Lee *đã* gọi điện thoại cho thầy Nam *chưa*?	- Dạ *rồi*. Cô Lee *đã* gọi điện thoại [cho thầy Nam] *rồi*. (*Khẳng định*)
	- Dạ *chưa*. Cô Lee *chưa* gọi điện thoại [cho thầy Nam].(*Phủ định*)

2 **Câu hỏi "⋯(được) bao lâu rồi?" để hỏi quãng thời gian từ quá khứ đến hiện tại.**
과거에서 현재까지의 시간에 대해서 물을 때 쓰인다.

Ví dụ:

HỎI: Anh Park học tiếng Việt (được) *bao lâu rồi*?
↓
ĐÁP: Dạ [tôi học tiếng Việt] (được) *3 năm rồi*.

3 **"nghe nói là (rằng)⋯" Cách nói gián tiếp, truyền đạt lại điều mình đã được nghe**
내가 들은 것을 간접화법으로 전달할 때

                                             (chủ ngữ – vị ngữ)

Tôi nghe nói là (rằng)   giáo sư Lee sẽ đến Việt Nam.
Người ta nói là (rằng)   hôm nay trời mưa to.

4 **"cũng vậy" và "⋯cũng ⋯như vậy":**
Khi người nói không muốn lặp lại một bộ phận của một câu nói trước, người nói có thể dùng "⋯cũng vậy" hoặc "cũng ⋯như vậy".
이미 말한 문장을 반복해서 말하고 싶지 않을 때 쓰인다.

Ví dụ:

a) *Anh Park*:   Tôi *thích cà phê*.
   Anh Nam: Tôi *cũng vậy*. (=Tôi cũng thích cà phê)
b) *Cô Lan*:   Anh Kim là người Hàn Quốc.
   Cô Hoa: Anh Park cũng vậy.
c) *Anh Bình*:   Tôi đề nghị chúng ta đi uống cà phê.
   Anh Hong: Tôi cũng đề nghị như vậy. (= Tôi cũng đề nghị chúng ta đi uống cà phê)

5 **Dùng từ "giống" và "khác" để so sánh:** 같고 다름을 비교할 때 쓰인다.

Ví dụ:
- Khí hậu Việt Nam *giống* khí hậu Hàn Quốc.
- Khí hậu Việt Nam *khác với* khí hậu Hàn Quốc.

Mô hình:

Chủ ngữ (A) – giống – B
Chủ ngữ (A) – khác – B

Lưu ý:

Khi muốn sử dụng từ "nhau" (xem bài 15, mục 3-Giải thích ngữ pháp), chúng ta cần chú ý:
- Khí hậu Việt Nam và Hàn Quốc giống nhau.
- Khí hậu Việt Nam và Hàn Quốc khác nhau.

Mô hình:

A và B – giống nhau
A và B - khác (với) nhau

IV. LUYỆN TẬP

1 **Đặt câu hỏi** (물음을 만드시오)

a) _____ ? → Dạ rồi. Tôi đã mua xe máy rồi.
b) _____ ? → Dạ chưa. Tôi chưa ăn sáng.
c) _____ ? → Dạ rồi. Tôi đã uống cà phê rồi.
d) _____ ? → Dạ rồi. Tôi đã thuê một phòng ở khách sạn rồi.
e) _____ ? → Dạ chưa. Tôi chưa có vợ
f) _____ ? → Dạ rồi. Tôi đã uống thuốc rồi.

2 **Hoàn thành câu hỏi** (물음을 완성하시오)

a) Cô Lee _____ chưa?
b) Anh Bình _____ chưa?
c) Ông Hải _____ chưa?
d) Anh Hoa _____ chưa?

3 Trả lời các câu hỏi dưới đây (아래 물음에 답하시오)

a) Anh đang ăn cơm à?
_____

b) Vợ anh mới đến Việt Nam à?
_____

c) Công ty của anh mới thành lập à?
_____

d) Anh là bác sĩ à?
_____

e) Đây là xe hơi của Nhật Bản à?
_____

4 Sử dụng "giống" và "khác" để hoàn thành câu
("giống", "khác"를 사용하여 문장을 완성하시오)

a) Nhiệt độ hôm nay _____

b) Thức ăn Việt Nam _____

c) Cô Lan nói tiếng Anh _____

d) Hôm nay trời lạnh _____

5 Sử dụng "không được" để đặt câu ("không được"를 사용하여 작문을 하시오)

a) Anh Nam bị bệnh, bác sĩ yêu cầu:
  ⇒ **Không được** *hút thuốc*!

b) Cô Lan thường đi học trễ, thầy giáo yêu cầu:
  ⇒ _____

c) Tài xế lái xe không cẩn thận, giám đốc yêu cầu tài xế:
  ⇒ _____

6 Đặt câu hỏi "...(được) bao lâu rồi?" và trả lời
("... (được) bao lâu rồi?"를 사용하여 묻고 답하시오)

a) Anh biết lái xe _____?
  ⇒ Tôi biết lái xe hơi _____.

b) Cô Lee sống ở Seoul _____?
  ⇒ Cô Lee sống ở Seoul _____.

c) Thầy Nam dạy tiếng Việt _____?
  ⇒ Thầy Nam dạy tiếng Việt _____.

d) Anh thuê xe máy này _____?
  ⇒ Tôi thuê xe máy này _____.

7 Hoàn thành các câu sau (아래 문장을 완성하시오)

a) Tôi nghe nói là Việt Nam _____

b) Người ta nói rằng chợ Bến Thành _____

c) Tôi nghe nói là Hồ Tây ở Hà Nội _____

d) Chúng tôi nghe nói là anh Kim _____

8 Dùng "cũng vậy", "…cũng…như vậy" để hoàn thành những câu dưới đây ("cũng vậy", "... cũng... như vậy"를 사용하여 아래 문장을 완성하시오)

a) Anh Lee thích cà phê. → Tôi _____

b) Cô Park là người Hàn Quốc. → Cô Kim _____

c) Cho anh Kim một ly cà phê đá. → Tôi _____

d) Người ta nói là phở Việt Nam rất ngon. → Tôi _____

BÀI ĐỌC

Khí hậu Việt Nam

Khí hậu ở miền Bắc và miền Nam Việt Nam khác nhau. Miền Bắc có 4 mùa: mùa xuân, mùa hạ, mùa thu và mùa đông. Miền Nam chỉ có 2 mùa: mùa khô (mùa nắng) và mùa mưa.

Ở miền Bắc, mùa xuân có hoa và mùa đông không có tuyết. Nhiệt độ mùa hè có thể lên đến 38℃.

Ở miền Nam, mùa mưa từ tháng 4 đến tháng 11. Vào mùa mưa, bạn có thể thấy mưa nhiều.

Nhiều người nước ngoài có thể chưa quen khí hậu Việt Nam nhưng họ sẽ cảm thấy thoải mái khi đi du lịch.

Từ vựng:

mùa:	계절
mùa xuân:	봄
mùa hạ:	여름
mùa thu:	가을
mùa đông:	겨울
mùa khô: (mùa nắng)	건기
mùa mưa:	우기
hoa:	꽃
tuyết:	눈
mưa:	비
cảm thấy:	느끼다
thoải mái:	상쾌하다

※ **Sinh viên hãy nói hoặc viết về khí hậu Hàn Quốc.**

심화학습 (작문청취)

1 **Đặt câu theo ngữ pháp** – 작문을 하시오.

1.1. "…đã… chưa?" ("~ 했습니까?")

    Ví dụ: Anh đã ăn cơm chưa?

            Anh Kim đã đi Việt Nam chưa?

            Anh ấy đã về nhà chưa?

            Anh đã hiểu chưa?

            Anh đã quen với cuộc sống ở đây chưa?

1.2. "…(được) bao lâu rồi?" ("한지 얼마나 되었습니까?")

    Ví dụ: Anh làm việc ở công ty Lotte được bao lâu rồi?

            Anh quen cô ấy được bao lâu rồi?

            Anh đến trường được bao lâu rồi?

            Quan hệ Việt Nam Hàn Quốc thiết lập được bao lâu rồi?

            Công ty anh thành lập được bao lâu rồi?

1.3. "nghe nói là (rằng)…" ("한다고 들었습니다")

    Ví dụ: Tôi nghe nói là ở miền Bắc Việt Nam có 4 mùa.

            Tôi nghe nói rằng anh Kim đang học tiếng Việt để đi Việt Nam.

            Tôi nghe nói là kinh tế Hàn Quốc đang dần dần phục hồi sau cuộc khủng hoảng.

            Tôi nghe nói là công ty anh đang đầu tư ở Việt Nam à?

            Tôi nghe nói là họ đã cưới nhau được mấy tháng rồi à?

1.4. "cũng vậy" và "cũng… như vậy" ("마찬가지로", "똑같이")

    Ví dụ: Cho tôi 1 ly cà phê sữa đá. Tôi cũng vậy.

            Tôi nghĩ là năm nay kinh tế Hàn Quốc sẽ phát triển hơn năm ngoái.

            Tôi cũng nghĩ như vậy.

            Tôi nghĩ phát âm tiếng Việt rất khó.

            Tôi cũng nghĩ vậy.

1.5. "giống(với)" "khác(với)" ("같다", "다르다")

    Ví dụ: Cái này giống cái kia.

            Cái này khác cái kia.

            Văn hóa Hàn Quốc có nhiều điểm giống với văn hóa Việt Nam.

            Công ty này khác với công ty đó.

            Quan điểm của tôi khác với quan điểm của anh.

2 Luyện tập - 복습

2.1. Trả lời câu hỏi (물음에 답하시오)

1. Anh đã ăn cơm chưa?
   _____

2. Anh đã đi Việt Nam bao giờ chưa?
   _____

3. Anh đã đi du lịch Việt Nam bao giờ chưa?
   _____

4. Anh đã lập gia đình chưa?
   _____

5. Công ty anh đã đầu tư vào Việt Nam chưa?
   _____

6. Anh đã làm bài tập chưa?
   _____

2.2. Dịch sang tiếng Việt (베트남어로 쓰시오)

1. 베트남어를 공부한지 얼마나 되었어요?
   _____

2. 삼성회사에 다닌지 얼마나 되었어요?
   _____

3. 당신이 결혼한지 얼마나 되었어요?
   _____

4. 베트남에 오지 얼마나 되었어요?
   _____

5. 그 사람을 안지 얼나나 되었어요?
   _____

6. 두 분이 만난지 얼마나 되었어요?
   _____

2.3. Dịch sang tiếng Việt (베트남어로 쓰시오)

1. 내일 사장님이 베트남에 가신다고 들었어요.
   _____

2. 그 사람이 얼마전에 결혼한다고 들었어요.
   _____

3. 듣기에 요즘 한국경제가 좋지 않아요. 맞아요?
   _____

4. 요즘 한국외대에서 베트남어를 공부하고 있다고 들었어요.
_____

5. 이번 신제품이 성능이 아주 좋다고 들었어요.
_____

6. 삼성전자는 한국에서 제일 큰 전자회사라고 들었어요.
_____

2.4. Dùng "giống(với)", "khác (với)" để hoàn thành câu
("giống (với)", "khác (với)"를 사용하여 문장을 완성하시오)

1. Tôi nghe nói khí hậu miền bắc Việt Nam _____ khí hậu Hàn Quốc.
2. Cái áo này _____ cái áo kia.
3. Công ty chúng tôi _____ các công ty khác.
4. Suy nghĩ của anh ấy _____ suy nghĩ của tôi.
5. Văn hóa Việt Nam có nhiều điểm _____ văn hóa Hàn Quốc.
6. Tôi trông anh rất _____ với một người bạn của tôi.

3 Nghe và điền từ vào chỗ trống - 듣고 빈칸에 알맞은 단어를 쓰십시오. 🎧

KHÍ HẬU HÀN QUỐC

Hàn Quốc có _____ : xuân, hạ, thu, đông.
_____ bắt đầu từ tháng 3 và _____ vào tháng 5.
Thời tiết mùa xuân _____ .
_____ cao nhất cũng chỉ khoảng _____ (10 độ xê).
Vào mùa xuân có nhiều _____ . _____ mùa xuân rất đẹp.

_____ bắt đầu từ _____ và kết thúc vào _____ .
Mùa hè _____ , nhiệt độ _____ lên đến 40℃.
Mùa hè _____ và có mưa nên đi đâu cũng phải _____ ô.
Mùa hè, người Hàn Quốc thường đi _____ hoặc đi vào rừng để _____ .

_____ bắt đầu vào _____ và kết thúc vào _____ .
Mùa thu có _____ mát mẻ và có _____ rất đẹp.
Vào mùa thu, có nhiều người _____ , ngắm cảnh _____ trên núi.

_____ bắt đầu từ _____ và kết thúc vào _____ .
Mùa đông trời _____ .
Nhiệt độ _____ khoảng _____ (âm 5 độ xê).
Nhiệt độ _____ có khi xuống đến -20℃.
Mùa đông ở Hàn Quốc có nhiều _____ .

BÀI 18 ››› ÔN TẬP

1 BÀI TẬP TỔNG HỢP

1 Hoàn thành câu, sử dụng "nhau", "với nhau"?

a) Chúng tôi đi ăn cơm _____

b) Chúng ta đi chơi _____

c) Tôi và cô Hoà làm việc _____

d) Tôi và anh Nam về nhà _____

2 Kết hợp câu, sử dụng "nhau", "với nhau"

a) Ông Kim/ Ông Lee/ làm việc.

b) Chúng tôi/ chơi gôn/ anh Hòa.

c) Chúng ta/ làm quen/ cô Tâm.

d) Công ty A/ công ty B/ hợp tác.

3 Trả lời câu hỏi

a) Anh đến Việt Nam bao lâu rồi?

_____

b) Anh học tiếng Việt mấy tháng rồi?

_____

c) Anh đang làm gì ở thành phố Hồ Chí Minh?

_____

d) Anh biết ai ở thành phố Hồ Chí Minh?

_____

e) Anh thấy người Việt Nam thế nào?

_____

f) Công việc của anh hiện nay có tốt không?

_____

g) Anh thích sống ở TP.Hồ Chí Minh hay ở Hà Nội? Tại sao?

_____

h) Chủ nhật, anh thường làm gì?

_____

i) Sáng hôm qua, anh ăn sáng ở đâu?
___

j) Trưa hôm qua, anh ăn trưa với ai?
___

4 Sử dụng các từ "sau", "sau khi", "sau đó"
("sau", "sau khi", "sau đó"를 사용하여 빈칸을 채우시오)

a) Ông Nam rời văn phòng lúc 6:30 chiều, _____ ông về nhà.

b) Tôi thường đi ngủ _____ 11:00 tối.

c) _____ thức dậy, tôi rửa mặt và ăn sáng.

d) Công ty của chúng tôi sẽ sản xuất _____ xây dựng xong nhà máy.

e) Tôi sẽ đi du lịch ở Huế _____ tôi sẽ đến Đà Lạt. Tôi sẽ ở Đà Lạt 3 ngày _____ ở Đà Lạt, tôi đi Nha Trang.

f) Chiều thứ bảy hàng tuần anh Bình thường đi uống bia với bạn _____ làm việc xong.

5 Đây là lịch tháng 10. Hôm nay là ngày 12. Nhìn vào lịch và trả lời câu hỏi
(10월 달력. 오늘은 10월 12일이다. 달력을 보고 물음에 답하시오)

Chủ nhật	Thứ hai	Thứ ba	Thứ tư	Thứ năm	Thứ sáu	Thứ bảy
						1
2	3	4	5	6	7	8
9	10	11	12	13	14	15
16	17	18	19	20	21	22
23	24	25	26	27	28	29
30						

a) Tuần này từ ngày mấy đến ngày mấy?

→ *Tuần này từ ngày 9 đến ngày 15.*

b) Tuần trước từ ngày mấy đến ngày mấy?

→ ___

c) Tuần sau từ ngày mấy đến ngày mấy?

→ ___

d) Anh học tiếng Việt mấy ngày một tuần?

→ ___

e) Anh nghỉ ngày nào?

→ ___

6 Thêm từ (빈칸을 채우시오)

a) Tôi đến _____ để gửi tiền.
b) Bạn tôi đến _____ để mua vé máy bay.
c) Chúng ta hãy đến _____ để uống rượu.
d) Tôi phải đến _____ để học tiếng Việt.
e) Vợ tôi đi _____ để mua thức ăn.
f) Tôi gặp anh Lee đang uống cà phê ở _____.
g) Tôi đã mua từ điển Anh-Việt ở _____.

7 Đặt câu hỏi (물음을 만드시오)

a) _____? → Tháng sau, tôi sẽ về Hàn Quốc.
b) _____? → Tôi mới đến Việt Nam hôm qua.
c) _____? → Ngày kia, tôi sẽ gặp ông giám đốc.
d) _____? → Tuần sau, tôi sẽ bắt đầu học tiếng Việt.

8 Hoàn thành những câu dưới đây (아래 문장을 완성하시오)

a) Nếu anh tôi có tiền thì _____
b) Nếu nhân viên này làm việc chăm chỉ thì _____
c) Nếu xe hơi hư thì chúng ta _____
d) Nếu chúng ta thuê văn phòng này thì _____
e) Vì tôi thích món ăn Việt Nam nên _____
f) Khi tôi uống cà phê thì _____
g) Vì tôi không mua được vé máy bay nên _____

9 Thêm từ cùng loại (같은 종류의 단어를 쓰시오)

a) nóng, lạnh, _____
_____
_____

b) xem, đọc, _____
_____
_____

c) sách, ti vi, _____
_____
_____
_____

d) tôi, anh, _____
_____
_____
_____

e) và, hoặc, _____
_____
_____
_____

10 Sinh viên hãy ghi số và đọc (숫자를 써서 읽으시오)

a) Chiếc xe hơi này giá _____ đô-la.
b) Tôi thuê phòng này _____ đô-la/ tháng.
c) Quyển sách này giá _____ đồng.
d) Lương của tôi là _____ đô-la/ tháng.
e) Ti-vi này giá _____ đô-la.

11 Trả lời câu hỏi (물음에 답하시오)

Nam : Vợ của ông ấy anh làm nghề gì?
Hai : Vợ của ông ấy là giáo viên.
Nam : Cha anh _____
Hai : Cha tôi _____
Nam : Mẹ anh _____
Hai : _____

12 Điền vào chỗ trống (빈칸을 채우시오)

A : Xin lỗi, nhà vệ sinh ở đâu?
B : _____
A : Cám ơn nhiều.
B : _____

C : Xin lỗi, ngân hàng Vietcombank ở đâu?
D : _____
C : Cám ơn nhiều.

D : _____

E : _____?

F : Tôi không biết.

E : Cám ơn.

F : Không có chi.

13 Sử dụng "cũng" hoặc "không", "không phải là"
("cũng", "không", "không phải là"를 사용하여 문장을 완성하시오)

a) Anh Kim học tiếng Việt. Anh Noh _____

b) Tôi biết tiếng Anh. Cô Hoa _____

c) Tôi biết lái xe hơi. Anh Kim _____

d) Tôi đang sống ở thành phố Hồ Chí Minh. Anh Kim _____

e) Tôi đã có vợ. Anh Lee _____

f) Tôi là nhân viên công ty. Anh Park _____

g) Tôi mới đến Việt Nam. Cô Park _____

h) Tôi thích uống bia. Anh Nam _____

i) Tôi muốn mua xe hơi. Anh Kim _____

j) Tôi không thích làm việc ở Việt Nam. Anh Hong _____

k) Tôi mệt. Anh Lee _____

14 Dưới đây là công việc trong một ngày của anh Nam (아래는 "남"의 일과입니다)

Anh Nam là nhân viên kế toán của công ty AT. Anh Nam còn độc thân. Anh thường thức dậy vào lúc 6:05. Sau khi thức dậy, anh Nam tập thể dục 20 phút. Sau khi tập thể dục, anh ấy đánh răng, rửa mặt và đi vệ sinh. Sau đó, anh Nam thay quần áo và đi làm. Từ nhà đến công ty, anh Nam đi mất 25 phút bằng xe gắn máy. Anh Nam đến công ty đúng 7:00. Anh vào căn-tin ăn sáng, uống cà phê mất 10 phút. Anh bắt đầu làm việc lúc 7:15.

Anh Nam kết thúc công việc lúc 11:30. Thông thường, anh Nam ăn trưa ở một quán cơm gần công ty. Anh Nam ăn cơm xong lúc 12:00. Anh trở lại văn phòng để đọc báo và ngủ trưa đến 1:15. Sau khi thức dậy, anh Nam vào nhà vệ sinh rửa mặt. Buổi chiều, anh Nam làm việc từ 1:30 đến 5:30.

Anh Nam về nhà lúc 6:00. Anh Nam tắm mất 20 phút. Sau khi tắm xong, anh ấy đi ra ngoài để ăn cơm tối. Sau khi ăn cơm tối, anh Nam đến trường để học tiếng Anh. Anh Nam học tiếng Anh 3 buổi một tuần, anh ấy học tối thứ hai, thứ tư và thứ sáu. Anh học từ 7:30 đến 9:00 tối. Sau khi học, anh Nam về nhà lúc 9:30. Anh đọc báo hoặc xem ti-vi. Anh Nam đi ngủ lúc 11:00.

※ ***Trả lời những câu hỏi dưới đây:*** (아래 물음에 답하시오)

a) Anh Nam thường thức dậy lúc mấy giờ?

b) Anh Nam tập thể dục trong bao nhiêu phút?
___

c) Sau khi tập thể dục, anh Nam làm gì?
___

d) Từ nhà đến công ty, anh Nam đi mất bao nhiêu phút bằng xe gắn máy?
___

e) Anh Nam đến công ty lúc mấy giờ?
___

f) Anh Nam ăn sáng và uống cà phê mất bao nhiêu phút?
___

g) Anh Nam bắt đầu làm việc lúc mấy giờ?
___

h) Buổi sáng, anh Nam kết thúc công việc lúc mấy giờ?
___

i) Thông thường, anh Nam ăn cơm trưa ở đâu?
___

j) Sau khi ăn trưa, anh Nam đi đâu?
___

k) Buổi chiều, anh Nam làm việc từ mấy giờ đến mấy giờ?
___

l) Buổi chiều, anh Nam về nhà lúc mấy giờ?
___

m) Sau khi về nhà, anh Nam làm gì?
___

n) Anh Nam học tiếng Anh từ mấy giờ đến mấy giờ?
___

o) Anh Nam học tiếng Anh mấy buổi một tuần? Vào thứ mấy?
___

II GIỚI THIỆU BẢN THÂN VÀ GIA ĐÌNH

1 giới thiệu

- *Hãy giới thiệu về anh (chị) và gia đình?*
- *Hãy tự giới thiệu?*
- *Hãy giới thiệu về anh (chị)?*

+ **Bản thân:** *Tên, tuổi, nghề nghiệp, chỗ ở, tình trạng hôn nhân, con cái, tính cách.*

1. Tên tôi là _____.

2. Năm nay tôi _____ tuổi.

3. Tôi là nhân viên công ty _____.

4. Hiện nay, tôi đang sống ở _____.

5. Tôi lập gia đình năm _____. (Tôi đã lập gia đình được _____ năm rồi)

6. Tôi có _____ con. _____ con trai và _____ con gái.

7. Tính tôi ít nói (Tôi rất nóng tính, tính tôi rất hiền…)

+ **Vợ:** *Tên, tuổi, nghề nghiệp, chỗ ở.*

8. Vợ tôi tên là _____.

9. Vợ tôi năm nay _____ tuổi.

10. Vợ tôi kém tôi _____ tuổi.

11. Vợ tôi là nội trợ (ở nhà nội trợ).

12. Vợ tôi là nhân viên công ty _____.

13. Hiện nay, vợ tôi đang sống ở _____ cùng với các con của chúng tôi.

Hiện nay, vợ tôi đang sống ở _____ cùng với tôi.

14. Vợ tôi rất xinh và hiền.

+ **Con:** *mấy con, con trai hay con gái, mấy tuổi, làm gì, sống ở đâu.*

15. Tôi có _____ con. _____ con trai và _____ con gái.

16. Các con tôi rất dễ thương.

17. Con trai tôi năm nay _____ tuổi và đang học _____.

18. Con gái tôi năm nay _____ tuổi và đang học _____.

19. Các con tôi hiện đang sống ở _____.

2 Nghề nghiệp

nghề, công ty, chức vụ, thời gian đã công tác, lĩnh vực đảm nhận?

- *Anh làm nghề gì?*

  + Tôi là _____.

- *Anh làm việc ở công ty nào (gì)?*

  + Tôi làm việc ở công ty _____ (Sam Sung, Lotte, xây dựng…)

- *Chức vụ của anh là gì?*
- *Ở công ty anh làm chức vụ gì?*

  + Ở công ty tôi là _____ (trưởng phòng, thư ký, giám đốc nhân sự…)

- *Anh đã làm việc ở công ty Sam Sung được bao lâu rồi?*
- *Anh vào công ty Sam Sung được bao lâu rồi?*

- *Anh làm công ty đó được bao lâu rồi?*
    + Tôi làm việc ở công ty _____ được _____ năm rồi.
- *Công việc của anh ở công ty là gì?*
    + Ở công ty tôi đảm nhận việc _____.

3 Sở thích

Sở thích là gì, tại sao, thời gian chơi, thời lượng chơi.

- *Sở thích của anh là gì?* (thời gian rảnh anh thường làm gì?)
    + Sở thích của tôi là _____ (xem phim, đọc sách, chơi gôn, đi du lịch…).
- *Anh thích xem phim gì?* (đọc sách gì? đi du lịch ở đâu?)
    + Tôi thích xem phim hành động (phim hài, phim kinh dị…)
    + Tôi thích đọc sách khoa học (kinh tế, sách giáo dục…)
    + Tôi thích đi du lịch vòng quanh thế giới (Việt Nam, Singapo, Mỹ, Trung Quốc…)
- *Tại sao anh lại thích xem phim?* (đọc sách, đi du lịch, chơi thể thao…)
    + Vì _____ có thể giải tỏa căng thẳng (có thể biết nhiều điều…)
- *Một tuần anh _____ mấy lần?*
    + Một tuần tôi _____ lần.
    + Tôi rất muốn _____ nhưng do không có thời gian nên tôi không _____ được.

4 Chuyên ngành

đại học, chuyên ngành, năm tốt nghiệp, ra trường làm ở đâu, làm ở công ty hiện tại được bao lâu rồi.

- *Trước đây, anh đã học đại học nào? Chuyên ngành gì?*
- *Anh đã tốt nghiệp đại học nào? Chuyên ngành gì?*
    + Tôi đã học đại học _____. Chuyên ngành _____.
- *Anh tốt nghiệp đại học năm nào?*
- *Anh tốt nghiệp khi nào?*
    + Tôi tốt nghiệp đại học năm _____.
- *Ra trường là anh làm ở công ty Sam sung ngay à?*
    + Dạ, vâng. Ra trường là tôi làm việc ở công ty _____.
    + Không. Lúc đầu tôi làm việc ở công ty _____.
       Sau đó tôi mới vào công ty _____.
- *Anh làm việc ở công ty Sam Sung được mấy năm (bao lâu) rồi?*
    + Tôi làm việc ở công ty Sam Sung được _____ năm rồi.

5 Quê hương: *ở đâu, có ai ở đó, hay về quê không, có đặc sản gì, có gì nổi tiếng.*

- Quê anh ở đâu?
    + Quê tôi ở thành phố _____.
- Gia đình anh có ai sống ở quê không?
    + Có. Bố mẹ tôi đang sống ở quê.
    + Không. Gia đình tôi không có ai sống ở quê cả.
- Anh có hay về quê không?
    + Không. Thỉnh thoảng tôi mới về quê. Một năm 1 hoặc 2 lần.
- Quê anh có đặc sản gì?
    + Quê tôi có đặc sản _____.
    + Quê tôi không có đặc sản gì cả.
- Quê anh có địa điểm du lịch nào nổi tiếng không?
- Quê anh có nơi nào nổi tiếng?
- Quê anh có gì nổi tiếng?
    + Quê tôi có _____ nổi tiếng.

III TIẾNG VIỆT VÀ VĂN HÓA VIỆT NAM

1 Học tiếng Việt

thời gian, địa điểm, giáo viên, TV thế nào, giáo viên dạy thế nào, tự học

- Anh học tiếng Việt từ khi nào?
- Anh học tiếng Việt được bao lâu rồi?
- Anh học tiếng Việt mấy tháng rồi?
    + Tôi học tiếng Việt từ tháng _____ năm _____.
    + Tôi học tiếng Việt được _____ rồi.
- Anh học tiếng Việt ở đâu?
- Anh học tiếng Việt ở VN hay Hàn Quốc?
    + Trước đây tôi đã học ở _____.
    + Hiện nay, tôi đang học tiếng Việt ở trường đại học Ngoại ngữ Hàn Quốc.
- Giáo viên dạy tiếng Việt cho anh là ai?
- Anh học tiếng Việt với ai?
- Ai dạy anh?
- Ai là giáo viên của anh?
    + Giáo viên dạy tiếng Việt cho tôi là thầy (cô) _____.
    + Thầy giáo (cô giáo) của tôi là thầy (cô) _____.
- Giáo viên dạy tiếng Việt của anh thế nào?
    + Giáo viên dạy tiếng Việt của tôi rất _____.

- Anh thấy tiếng Việt thế nào?
- Học tiếng Việt khó nhất là gì?
    + Tôi thấy, học tiếng Việt khá khó đặc biệt là phát âm vì tiếng Việt có thanh điệu.
    + Tuy tiếng Việt khó nhưng càng học, càng thú vị.
- Một ngày anh học tiếng Việt mấy tiếng? từ mấy giờ đến mấy giờ?
- Anh học tiếng Việt có nhiều không?
    + Một ngày tôi học tiếng Việt _____ tiếng. Từ 9 giờ đến 5 giờ chiều.
- Thứ bảy, chủ nhật anh có học TV không?
    + Không. Thứ 7 và chủ nhật tôi không có giờ học. Tôi chỉ tự học ở ký túc xá.
- Anh học tiếng Việt để làm gì?
- Tại sao anh lại học tiếng Việt?
    + Tôi học tiếng Việt để _____.
- Học tiếng Việt giúp gì cho anh và công việc của anh?
- Học tiếng Việt có ích gì?
    + Học tiếng Việt giúp tôi có thể giao tiếp với người VN, có thể tìm hiểu văn hóa VN.
    + Học tiếng Việt giúp tôi làm việc ở VN thoải mái hơn.

2 Đi công tác và đi du lịch

đến VN chưa, đi làm gì, thời gian, địa điểm, cảnh quan, thời tiết, con người, hi vọng lần sau.

- Anh đã đến VN lần nào chưa?
- Anh đã đi VN bao giờ chưa?
- Anh đã đi VN mấy lần rồi?
    + Tôi đã đến VN _____ lần rồi.
    + Tôi chưa đến VN lần nào cả. Có lẽ tháng _____ tôi sẽ đi VN.
- Anh đến VN để làm gì?
- Anh đến VN làm việc hay đi công tác hay đi du lịch?
    + Tôi đến VN để làm Việc.
    + Tôi đến VN để công tác.
    + Tôi đến VN để du lịch.
    + Chưa. Tôi chưa từng đến VN.
- Anh đến VN khi nào? Anh đã ở VN bao lâu?
    + Tôi đến VN _____ năm trước (năm ngoái….)
    + Tôi đã ở VN _____.
- Anh đã đi những đâu ở VN?
- Anh đã đi những đâu rồi?
    + Tôi đã đi _____.
- Anh thấy phong cảnh ở đó thế nào?
- Anh thấy cảnh vật ở đó thế nào?

+ Tôi thấy cảnh ở đó _____.
+ Ở đó có _____.
- Khi anh đến VN lúc đó là mùa gì? Thời tiết khi ấy thế nào?
  + Khi tôi đến đó là mùa _____.
  + Thời tiết khi ấy _____.
- Anh thấy con người ở đó thế nào?
  + Tôi thấy con người ở đó _____.
  + Nếu có cơ hội tôi muốn đi đến đó một lần nữa.
- Thời gian rảnh anh thường làm gì?
  + Thời gian rảnh tôi thường _____.
- Anh đã đi du lịch những đâu trên thế giới?
  + Tôi đã đi du lịch _____.
- Anh thích nhất đâu? Vì sao?
  + Trong những nơi tôi đi tôi thích nhất _____.
  + Bởi vì _____
  _____.

- Nếu gọi điện đặt phòng khách sạn anh sẽ nói như thế nào?
  + _____
  _____
  _____

- Nếu muốn gọi điện ở HQ sang VN thì anh sẽ làm thế nào?
  + _____
  _____
  _____
  _____

- Ở VN gọi điện thoại về HQ anh làm thế nào?
  + _____
  _____
  _____
  _____

- Nếu muốn đổi đô la, gửi tiền vào tài khoản, chuyển tiền cho đối tác, hỏi tỉ giá đô anh nói thế nào?
  + _____
  _____
  _____

_____
_____

3 Văn hóa VN

con người, bạn bè, số lượng, món ăn, món ăn Hàn Quốc, món ăn yêu thích, so sánh.

- anh thấy người Việt Nam thế nào?

    + Tôi thấy người Việt Nam _____.

- Anh có bạn người Việt Nam không? Có mấy người?

    + Tôi không có bạn Việt Nam.

    + Tôi có _____ người bạn Việt Nam.

- Anh thấy món ăn Việt Nam thế nào?

    + Tôi thấy món ăn Việt Nam _____.

- Anh biết món ăn nào của VN?

    + Tôi biết một số món như: phở bò, phở gà, nem rán, bún chả….

- Anh thích món ăn nào của VN? Vì sao?

    + Tôi thích ăn phở của VN. Vì phở rất ngon, dễ ăn.

- Anh thích món ăn nào của HQ? Vì sao?

    + Tôi thích món _____. Vì _____.

- Anh hãy so sánh món ăn Hàn Quốc và món ăn Việt Nam?

    + Tôi thấy món ăn Hàn Quốc thì cay còn món ăn Việt Nam thì ngọt và chua.

    + Món ăn Hàn Quốc ít dầu mỡ hơn món ăn Việt Nam.

    + Người Hàn Quốc ít ăn cá đồng còn người Việt Nam ăn cả cá đồng và cả biển.

    + Món ăn tiêu biểu của Hàn Quốc có bulkoki, kim bap, bibimbap…

       còn món ăn tiêu biểu của VN là phở, bún, chả cá, nem rán…

    + Hàn Quốc có Kim chi, VN có rau muống.

- Anh hay uống trà hay uống cà phê?

    + Tôi hay uống _____.

- Anh thấy cà phê của VN thế nào?

    + Tôi thấy cà phê của VN đặc hơn cà phê của Hàn Quốc.

    + Cà phê sữa đá của VN rất ngon.

    + Cà phê đen đường của VN rất đặc.

- Anh thường uống cà phê vào lúc nào? Anh uống ngày mấy ly?

    + Tôi thường uống cà phê vào buổi sáng (buổi trưa sau bữa ăn)

    + Một ngày tôi thường uống 3 - 4 ly cà phê.

- Ở Hàn Quốc thường uống cà phê gì?

    + Ở Hàn Quốc thường uống cà phê hòa tan.

    + Người Hàn Quốc hay uống cà phê Ca-pu-chi-nô.

- Người Hàn Quốc thường uống cà phê đặc hay loãng?
    + Người HQ thường uống cà phê loãng.
    + Người HQ không uống cà phê đặc như người VN.
- So sánh tết của Hàn Quốc và tết của VN?
    + Giống nhau: _____

    _____

    _____

    + Khác nhau: _____

    _____

    _____

    _____

- Tết vừa qua anh ăn tết ở đâu?
    + Tết vừa qua tôi ăn tết ở _____ với gia đình tôi.

    _____

- Tết vừa rồi anh làm gì?
    + Tôi đã đi thăm bố mẹ và họ hàng.
    + Tôi cùng gia đình về nhà bố mẹ đẻ sau đó cùng đi chơi……

    _____

    _____

IV CÔNG TY

- Công ty anh thành lập từ khi nào?
- Công ty anh thành lập năm bao nhiêu?
    + Công ty tôi thành lập năm _____ .
- Trụ sở chính của công ty anh ở đâu?
    + Trụ sở chính của công ty tôi ở _____ .
- Công ty anh có chi nhánh ở những nước nào trên thế giới?
- Công ty anh đầu tư ở những đâu trên thế giới?
    + Công ty tôi có chi nhánh ở _____ quốc gia trên thế giới.
    + Công ty tôi có chi nhánh ở những nước như _____ .
- Theo anh đầu tư ở đâu thành công hơn?
    + Theo tôi đầu tư ở _____ thành công hơn.
- Nhà máy ở nước nào của công ty anh là lớn nhất?
    + Công ty tôi có nhà máy ở _____ quốc gia nhưng nhà máy ở _____ là lớn nhất.

- Công ty Sam Sung thành lập ở VN khi nào?
- Công ty Sam Sung thành lập ở VN năm nào?
    + Công ty Sam Sung thành lập ở VN năm _____.
- Công ty Sam Sung VN có trụ sở ở đâu?
    + Công ty SSVN có trụ sở ở Bắc Ninh.
- Ai là giám đốc?
- Giám đốc công ty SSVN là ai?
    + Ông _____ là giám đốc công ty SSVN.
- Công ty SSVN có bao nhiêu nhân viên?
    + Công ty chúng tôi có _____ nhân viên.
- Anh làm chức vụ gì trong công ty?
    + Ở công ty, tôi là _____.
- Công ty anh chủ yếu sản xuất sản phẩm gì?
- Sản phẩm chính của công ty anh là gì?
    + Công ty tôi chủ yếu sản xuất _____.
- Công suất sản xuất thế nào?
- Mỗi năm công ty anh sản xuất bao nhiêu chiếc điện thoại?
    + Mỗi năm công ty tôi sản xuất _____.
- Ưu điểm của sản phẩm công ty anh là gì?
    + Ưu điểm của sản phẩm công ty tôi là _____.
- Sản phẩm điện thoại của công ty anh chủ yếu xuất khẩu đi đâu?
- Thị trường xuất khẩu chính của công ty anh là những nước nào?
    + Sản phẩm của chúng tôi chủ yếu xuất khẩu đi _____.
- Anh có hay phải đi công tác nước ngoài không?
    + Có. Tôi hay phải đi công tác nước ngoài.
    + Không. Tôi không hay phải đi công tác.
- Anh thường đi những đâu?
    + Tôi thường đi Việt Nam và đi _____.
- Hãy nói về điện thoại Galaxy S3 của công ty anh?
    + Ưu điểm: _____
    _____

- Hãy giới thiệu về công ty SSVN?
    + Thời gian thành lập?
    _____
    + Địa chỉ ở đâu? Cách Hà Nội bao xa?
    _____
    _____

+ số lượng nhân viên?
_____

+ Lượng hàng sản xuất?
_____

+ Thị trường xuât khẩu? Thị trường trong nước?
_____
_____

+ Giám đốc là ai?
_____

+ Dự định đầu tư ở đâu nữa?
_____

+ Kim ngạch xuất khẩu năm 2012?

V KINH TẾ, CHÍNH TRỊ, XÃ HỘI

1 Giao thông, thời tiết

- Anh đã sang VN lần nào chưa?
- Anh đã đi VN lần nào chưa?
    + _____
    _____
    _____

- Anh đã đi vào tháng mấy? mùa nào?
    + _____
    _____

- Anh đã đi những đâu?
    + _____
    _____

- Anh thấy khí hậu của Việt Nam thế nào?
- Thời tiết của VN thế nào?
    + _____
    _____

- Anh hãy so sánh khí hậu của VN và khí hậu của HQ?
    + _____
    _____
    _____
    _____

PHẦN II: HỘI THOẠI | 233

- Anh thấy giao thông của VN thế nào?
- Hãy so sánh giao thông của VN và giao thông của HQ?

    + _____
    _____
    _____
    _____
    _____
    _____
    _____

- Ở VN nếu lạc đường thì anh làm thế nào?
    + Chắc là em sẽ bắt một chiếc tắc xi.
    + Em sẽ đưa địa chỉ của em và hỏi người đi đường cách đi.
- Ở VN anh thường đi lại bằng gì?
- Ở VN anh thường dùng phương tiện giao thông gì?
    + Em thường dùng _____.
    + Em thường đi lại bằng ô tô riêng (xe máy, tắc xi, xe buýt công ty…)

2 Kinh tế

- Theo anh, kinh tế Hàn Quốc hiện nay thế nào?
- Kinh tế Hàn Quốc dạo này thế nào?
    + Theo tôi, kinh tế HQ hiện nay không tốt lắm (tốt, rất xấu…..)
    + Bởi vì do ảnh hưởng chung của tình hình khủng hoảng kinh tế thế giới.
    + Nhưng tôi nghĩ là sắp tới kinh tế HQ sẽ _____.
- Anh thấy kinh tế VN thế nào?
    + Tôi thấy kinh tế VN _____
    _____
    _____

- Quan hệ kinh tế VN và HQ hiện nay thế nào?
    + Tôi thấy quan hệ kinh tế VN và HQ ngày càng phát triển.
    + Hiện nay có nhiều công ty của Hàn Quốc đã đầu tư vào VN và nhiều công ty của HQ muốn đầu tư vào VN.
    + VN có nhiều mặt hàng có thể xuất khẩu sang HQ.
      Cho nên tôi nghĩ, mối quan hệ kinh tế VN và HQ càng ngày càng mật thiết hơn.
- Anh nghĩ thế nào về nền kinh tế thế giới trong thời gian tới?
    + Tôi nghĩ sắp tới, kinh tế thế giới sẽ phát triển hơn.
    + Năm ngoái kinh tế thế giới bị khủng hoảng, tình hình kinh tế không tốt.
    + Có thể năm nay, kinh tế thế giới sẽ phục hồi và có triển vọng hơn.

3 Quan hệ VN, HQ.

- Anh thấy quan hệ VN và HQ thế nào?
    + Mối quan hệ ngoại giao VN và HQ rất tốt đẹp và có từ lâu đời.
    + Quan hệ VN HQ hiện nay là mối quan hệ hợp tác chiến lược (전략적 협력동반자)
    + Sắp tới, mối quan hệ này sẽ càng phát triển chặt chẽ hơn.
    + Hiện có nhiều người HQ sống, đầu tư ở VN và có nhiều người VN sống và làm việc tại HQ.
    + Quan hệ VN HQ còn là quan hệ thông gia (사돈 관계) vì có nhiều người Hàn lấy vợ người VN.
- Hiện nay tổng thống Hàn Quốc là ai? (대통령)
    + Hiện nay tổng thống của Hàn Quốc là bà _____.
- Thủ tướng của Hàn Quốc là ai? (국무총리)
    + Thủ tướng của Hàn Quốc là ông _____.
- Anh có biết chủ tịch nước VN hiện nay là ai không? (국가주석)
    + Chủ tịch nước VN hiện nay là ông Trương Tấn Sang.
- Anh có biết thủ tướng chính phủ của VN là ai không? (수상)
    + Thủ tướng chính phủ của VN hiện nay là ông Nguyễn Tấn Dũng.
- Anh có biết số người HQ hiện đang sống tại VN là bao nhiêu không?
    + Theo tôi được biết, số người HQ đang sống ở HN là _____ nghìn người và ở TP HCM là _____ nghìn người.

PHẦN ĐÁP ÁN

NỘI DUNG PHẦN NGHE

BÀI 1 »» XIN CHÀO

2.1. 🎧

Mr Kim	: Xin chào.
Mr Nam	: Chào anh. Xin lỗi, anh tên là gì ?
Mr. Kim	: Tôi tên là Kim Min Ho. Anh tên là gì?
Mr. Nam	: Tôi tên là Nam. Rất vui được gặp anh.
Mr. Kim	: Tôi cũng rất vui được gặp anh.

2.2. 🎧

Hùng	: Chào cô Hoa. Cô có khỏe không?
Hoa	: Chào anh Hùng. Tôi khỏe. Còn anh?
Hùng	: Cảm ơn cô. Tôi cũng khỏe.
Hoa	: Chào anh. Hẹn gặp lại.
Hùng	: Chào cô. Hẹn gặp lại.

2.3. 🎧

Cô An	: Chào anh Nam.
Anh Nam	: Chào cô An. Cô có khỏe không?
Cô An	: Cảm ơn anh! Tôi khỏe. Còn anh?
Anh Nam	: Cảm ơn cô. Tôi cũng khỏe.

2.4. 🎧

Thầy Park	: Chào các em.
Học sinh	: Chào thầy ạ. Thầy có khỏe không ạ?
Thầy Park	: Cảm ơn các em. Thầy khỏe. Còn các em?
Học sinh	: Cảm ơn thầy. Chúng em cũng khỏe ạ.

BÀI 2 — GIỚI THIỆU

2.1. 🎧

Hùng	: Xin chào. Tôi tên là Hùng.
Hương	: Chào anh. Em là Hương. Anh Hùng là nhân viên công ty phải không?
Hùng	: Dạ phải. Tôi là nhân viên công ty. Còn em? Em là giáo viên phải không?
Hương	: Dạ, không. Em là y tá.

2.2. 🎧

Cô Nga	: Chào các em. Xin giới thiệu: cô tên là Nga.
Anh Kim	: Xin chào cô. Em tên là Ji Won.
Cô Nga	: Em là người Trung Quốc phải không?
Anh Kim	: Dạ không. Em là người Hàn Quốc.
Cô Nga	: Rất vui được gặp em.

BÀI 3 — TÔI HỌC TIẾNG VIỆT

2.1. 🎧

Anh An	: Chào anh, anh là người Hàn Quốc phải không?
Anh Kim	: Dạ, phải. Tôi là người Hàn Quốc.
Anh An	: Anh làm gì ở Việt Nam.
Anh Kim	: Tôi học tiếng Việt.
Anh An	: Đây là ai?
Anh Kim	: Đây là cô Ji Hee. Cô ấy là bạn tôi.
Anh An	: Cô ấy có học tiếng Việt Không?
Anh Kim	: Dạ không. Cô ấy là nhân viên công ty Sam Sung.

2.2. 🎧

Chị Nga	: Anh ăn gì?
Anh Park	: Tôi ăn phở.
Chị Nga	: Phở Việt Nam thế nào?
Anh Park	: Phở Việt Nam rất ngon.
Chị Nga	: Anh có thích phở không?

Anh Park	:	Dạ. Tôi rất thích phở Việt Nam.

2.3. 🎧

Chị Nga	:	Chủ nhật này anh làm gì?
Anh Park	:	Tôi ở nhà.
Chị Nga	:	Anh có đi xem phim không?
Anh Park	:	Xem phim? Phim gì?
Chị Nga	:	Phim hài Việt Nam.
Anh Park	:	Phim Việt Nam có hay không?
Chị Nga	:	Phim hay lắm.
Anh Park	:	Tôi thích phim Việt Nam.
Chị Nga	:	Vậy chủ nhật chúng ta đi xem phim nhé.

2.4. 🎧

Chị Hồng	:	Chào chị Hương.
Chị Hương	:	Chào chị Hồng. Chị đi đâu đấy?
Chị Hồng	:	Tôi đi siêu thị. Chị có mua gì không?
Chị Hương	:	Không. Còn chị, chị đi mua gì?
Chị Hồng	:	Tôi mua áo và đồ ăn.
Chị Hương	:	Chào chị.
Chị Hồng	:	Chào chị.

BÀI 4 ›› SỐNG Ở ĐÂU?

2.1. 🎧

Chị Hà	:	Chào anh Kim.
Anh Kim	:	Chào chị Hà. Dạo này chị thế nào?
Chị Hà	:	Dạ, cảm ơn anh, em bình thường. Dạo này anh Kim sống ở đâu?
Anh Kim	:	Dạo này tôi sống ở Việt Nam.
Chị Hà	:	Ở Việt Nam anh sống ở đâu?
Anh Kim	:	Tôi sống ở nhà công ty thuê cho.
Chị Hà	:	Nhà có thoải mái không anh?

Anh Kim : Nhà thoải mái lắm.

2.2. 🎧

Nam : Chào anh Kim.
Anh Kim : Chào em. Dạo này em làm gì?
Nam : Dạ, em đang học tiếng Hàn.
Anh Kim : Em học tiếng Hàn ở đâu?
Nam : Dạ, em học ở Đại học Hà Nội.
Anh Kim : Tiếng Hàn thế nào?
Nam : Tiếng Hàn rất thú vị.

2.3. 🎧

Anh Park : Anh Kim dạo này làm gì?
Anh Kim : Tôi đang học tiếng Việt.
Anh Park : Anh học ở đâu?
Anh Kim : Tôi học ở trường ngoại ngữ Hàn Quốc.
Anh Park : Lớp anh có đông người học không?
Anh Kim : Lớp tôi có 5 người.

2.4. 🎧

Anh Park : Anh Kim có nhà riêng không?
Anh Kim : Dạ không, tôi không có.
Anh Park : Thế, anh và gia đình sống ở đâu?
Anh Kim : Gia đình tôi sống ở chung cư.
Anh Park : Anh chị có ô tô riêng không?
Anh Kim : Dạ có, chúng tôi có ô tô.
Anh Park : Nhà anh có mấy cái ô tô?
Anh Kim : Nhà tôi có 2 cái ô tô.
              Một cái của tôi, một cái của vợ tôi.

2.5. 🎧

Nam : Chị Thảo đang làm việc ở đâu?
Thảo : Dạ, em làm ở công ty Sam sung.
Nam : Công ty đó ở đâu nhỉ?
Thảo : Dạ, công ty đó ở Bắc Ninh.

Nam	: Công ty của chị có đông nhân viên không?
Thảo	: Dạ, công ty của em đông nhân viên lắm.
	Chắc khoảng hơn 25 000 công nhân ạ.
Nam	: Ồ! Thế thì đông quá.

BÀI 5 » ĐI MUA SẮM

2.1. 🎧

Cô Hà	: Tôi muốn xem áo một chút.
Chủ quán	: Chị muốn xem áo gì?
Cô Hà	: Dạ, áo sơ mi. Tôi muốn mua 2 cái áo sơ mi.
Chủ quán	: Vậy mời chị đi đường này.
	Ở đây có nhiều áo sơ mi lắm. Mời chị xem.

2.2. 🎧

Nhân viên	: Xin lỗi, anh cần gì ạ?
Anh Kim	: Tôi muốn mua từ điển Việt-Hàn.
	Từ điển ở chỗ nào em nhỉ?
Nhân viên	: Mời anh đi lối này.
	Ở đây có 2 quyển từ điển Việt-Hàn. Mời anh xem.
Anh Kim	: Quyển này bao nhiêu tiền?
Nhân viên	: Quyển này 145 nghìn đồng ạ.
Anh Kim	: Em cho anh quyển này.

2.3. 🎧

Cô Yoo	: Chị ơi, đây là quả gì ?
Người bán	: Đây là quả sầu riêng.
Cô Yoo	: Sầu riêng này chị nhập ở đâu?
Người bán	: Sầu riêng này tôi nhập ở miền Tây.
	Giờ đang là mùa sầu riêng, ngon lắm chị.
Cô Yoo	: Quả này bao nhiêu tiền hả chị?
Người bán	: Tôi bán theo kg chị ạ. 65 000 đồng một kg.
Cô Yoo	: Ồ! Đắt quá.

Người bán	:	Vâng, nhưng ngon lắm. Chị mua ăn thử đi.
Cô Yoo	:	Chị cho tôi quả này.

2.4. 🎧

Người bán	:	Anh muốn mua gì à?
Anh Park	:	Tôi muốn mua chai dầu gội đầu.
Người bán	:	Anh muốn mua loại nào?
Anh Park	:	Ở Việt Nam loại dầu gội nào tốt hả chị?
Người bán	:	Ở đây em có nhiều loại lắm anh. CLEAR, XMEN, DOVE, HEAD & HOULDERS.
Anh Park	:	Cho tôi chai CLEAR.
Người bán	:	Anh có mua dầu xả (린스)không ạ?
Anh Park	:	Có. Chị cho tôi một chai dầu xả CLEAR nữa.
Người bán	:	Anh có cần sữa tắm không?
Anh Park	:	Không. Ở nhà tôi còn sữa tắm (바디크림). Tất cả bao nhiêu tiền chị?
Người bán	:	Dạ, của anh hết 98 000 đồng ạ.
Anh park	:	Cám ơn chị.

2.5. 🎧

Anh Gong	:	Tôi muốn đi siêu thị. Gần đây có siêu thị nào không anh Trung?
Anh Trung	:	Dạ, gần đây có siêu thị Big C.
Anh Gong	:	Siêu thị Big C ở đâu?
Anh Trung	:	Dạ, siêu thị Big C ở đường Trần Duy Hưng, gần khu Trung Hòa đó anh.
Anh Gong	:	Từ đây đến đó có xa không?
Anh Trung	:	Dạ, không xa đâu anh. Khoảng 15 phút taxi thôi.
Anh Gong	:	Ở đó có nhiều đồ không?
Anh Trung	:	Dạ, ở đó bán đủ cả. Có nhiều hàng Hàn Quốc nữa đó anh.

BÀI 6 » ÔN TẬP

21. Nghe và điền nghề nghiệp, quốc tịch vào ô trống. 🎧

Anh Ki Seung là người Hàn Quốc. Anh ấy đang sống ở Việt Nam. Anh ấy là nhân viên công ty Sam Sung. Cô Lan là người Việt Nam. Cô ấy là giáo viên. Cô ấy đang học ở Hàn Quốc. Anh Tuấn là sinh viên. Anh ấy là người Việt Nam. Anh ấy đến Hàn Quốc được 2 năm rồi. John là người Mỹ. Anh ấy là giám đốc công ty tư nhân. Cô Julie là người Úc. Cô ấy là y tá. Su Mi và Nara là người Hàn Quốc. Họ đều là sinh viên.

22. Nghe và chọn đáp án đúng, sai. 🎧

Anh Kim là người Hàn Quốc. Anh ấy là trưởng phòng của công ty Hàn Quốc tại Việt Nam. Cô Ju Mi là người Nhật. Cô ấy là sinh viên đang học tiếng Việt tại Đại học Quốc gia Hà Nội. Cô ấy không phải là nhân viên công ty. Anh Philip là kỹ sư. Anh ấy là người Anh. Anh ấy làm việc ở Mỹ. Anh Trung không phải là người Trung Quốc. Anh ấy là người Việt Nam. Anh Trung là bác sĩ. Anh ấy làm việc ở bệnh viện Việt Pháp. Kim Oanh không phải là người Trung Quốc. Cô ấy là người Việt Nam. Cô ấy là ca sĩ. Cô ấy đang sống tại Hàn Quốc.

23. Nghe và chọn đáp án đúng, sai. 🎧

1. Điện thoại của anh số mấy? - Điện thoại của tôi số 010 2783 2612.
2. Anh Park sống ở phòng 308 phải không? - Vâng, anh ấy sống ở phòng 308.
3. Địa chỉ nhà anh thế nào? - Địa chỉ nhà tôi số 21/7 ngõ 35 Trung Hòa.
4. Anh mua áo hết bao nhiêu tiền? - Tôi mua hết 450 000 won.
5. Cam này bao nhiêu tiền một kí? - Cam này 56 000 đồng một kg.
6. Anh mua nhà bao nhiêu tiền? - Tôi mua hết 3 tỉ đồng.
7. Nhà tôi có 2 con chó. Chúng rất dễ thương.
8. Hôm qua tôi gặp bạn của tôi. Chúng tôi đã đi uống bia. Chúng tôi uống hết 5 chai bia.
9. Cuối tuần tôi đã đi siêu thị. Tôi mua rất nhiều thứ. Tôi đã mua dầu gội đầu, dầu xả, quần áo, kem đánh răng và sữa tắm.
10. Tôi đi siêu thị mua đồ. Tôi đã tiêu hết 1 triệu 500 nghìn đồng.

BÀI 7 >>> ANH ĐI HỌC LÚC MẤY GIỜ?

2.1. 🎧

Mai	: Ngày mai, cậu có đi làm không Thủy?
Thủy	: Có. Mai tớ có đi làm.
Mai	: Mấy giờ cậu đi?
Thủy	: 6 giờ 30.
Mai	: Cậu ăn sáng rồi mới đi chứ?
Thủy	: Không. Mai tớ phải đi sớm.
	Tớ ăn gì đó ở ngoài thôi.
Mai	: Cậu ăn trưa ở đâu?
Thủy	: Tớ ăn ở quán bình dân gần công ty.
Mai	: Chiều mai, mấy giờ cậu về?
	Cậu có ăn cơm ở nhà không?
Thủy	: Khoảng 5:30 tớ về. Cậu nấu cả cơm tớ nhé.

2.2. 🎧

Mr. Choi	: Anh học tiếng Việt ở đâu?
Mr. Lim	: Tôi học ở trường Đại học Ngoại ngữ Hàn Quốc.
Mr. Choi	: Anh học vào thứ mấy?
Mr. Lim	: Tôi học cả tuần. Từ thứ 2 đến thứ 6.
Mr. Choi	: Thường anh học từ mấy giờ đến mấy giờ?
Mr. Lim	: Tôi học cả ngày. Sáng từ 9 giờ đến 12 giờ.
	Chiều từ 1 giờ đến 5 giờ.
Mr. Choi	: Ồ! Anh học nhiều quá.
Mr. Lim	: Vâng. Tôi chỉ học như vậy trong 10 tuần thôi.

2.3. 🎧

A. Ki	: Tối mai, cô có rảnh không?
Cô Hoa	: Có chuyện gì hả anh?
A. Ki	: Tôi muốn mời cô ăn tối.
Cô Mai	: Ồ! Mai tôi có hẹn với bạn tôi từ 6 giờ - 8 giờ tối rồi.
A. Ki	: Thế thứ 7 tuần này thì sao?
Cô Mai	: Thứ 7 à? Thứ 7 thì được. Mình gặp nhau lúc mấy giờ ạ?
A. Ki	: Mình gặp nhau lúc 5 giờ 30 ở cổng trường nhé.

2.4. 🎧

Buổi sáng tôi thường dậy lúc 7 giờ.
Tôi tập thể dục đến 7:30 sau đó tắm rửa, ăn sáng.
8:30 tôi đi học. Tôi đến trường lúc 8:45.
Giờ học bắt đầu lúc 9 giờ.
Tôi học đến 12 giờ thì đi ăn trưa.
Tôi thường ăn trưa cùng các bạn ở căng tin của trường.
Giờ học buổi chiều bắt đầu từ 1 giờ, 5 giờ thì kết thúc.
Tôi về nhà lúc 5:30.

BÀI 8 » SỐ ĐIỆN THOẠI CỦA TÔI

2.1. 🎧

Nam	: Ồ, Bình! Lâu quá không gặp.
	Dạo này cậu thế nào? Khỏe chứ?
Bình	: Nam à. Lâu quá không gặp. Tớ khỏe.
	Cậu thế nào? Công việc tốt cả chứ?
Nam	: Ừ, công việc của tớ tốt.
	À, số điện thoại của cậu thế nào nhỉ?
Bình	: Số của tớ là 0989 464 242.
	Cho tớ số của cậu đi.
Nam	: Số của tớ là 0989 543 210.
Bình	: Chào cậu. Có số rồi sau này mình liên lạc nhé.
Nam	: Ừ, chào cậu.

2.2. 🎧

Nhân viên	: A lô! Công ty Sam Sung xin nghe.
Khách hàng	: A lô! Chào chị, tôi là Vân nhân viên công ty Thăng Long.
	Chị làm ơn cho tôi gặp anh Park trưởng phòng xuất nhập khẩu được không ạ?
Nhân viên	: Xin lỗi chị, anh Park đã đi ra ngoài rồi ạ.
	Khoảng 30 phút nữa chị gọi lại được không ạ?
Khách Hàng	: Dạ, tôi có việc gấp cần nói chuyện với anh Park ạ.

	Chị làm ơn cho tôi xin số điện thoại di động của anh Park được không?
Nhân viên	: Dạ, chị làm ơn chờ chút ạ.
	Dạ, số của anh Park là 0989 476 542.
Khách hàng	: Dạ, tôi đọc lại ạ. 0989 476 542.
Nhân viên	: Dạ, đúng rồi ạ.
Khách hàng	: Cảm ơn chị. Chào chị.

2.3. 🎧

A : Chào anh. Em là Hương nhân viên công ty máy tính HP ạ.

Công ty em muốn gửi sản phẩm cho bên anh.

Anh làm ơn cho em xin địa chỉ của bên anh ạ.

B : Chị ghi đi. Công ty máy tính Minh Quân, số 18, đường 3 tháng 2, thành phố Đà Lạt, Lâm Đồng.

A : Xin lỗi, anh cho em xin họ tên, số điện thoại và địa chỉ email của anh.

Khi nào bên em gửi hàng em sẽ liên lạc với anh ạ.

B : Tên tôi là Phạm Minh Quân, số điện thoại 0982 676 789, địa chỉ email là: **phamminhquan@gmail.com**.

A : Cảm ơn anh. Chào anh.

B : Cảm ơn chị.

2.4. 🎧

A : A lô! Chào Lan. Anh cần số điện thoại của anh Bình.

B : Dạ, anh chờ em một chút.

Anh ơi, số của anh Bình là 0978 882 220.

B : Cảm ơn em.

...

A : Em ơi, hình như số em cho anh bị sai. Anh không liên lạc được.

B : Dạ, anh đọc lại em xem ạ.

A : 0978 882 220.

B : À! xin lỗi anh, số bị sai rồi. Số của anh ấy là 0987 882 220.

B : Cảm ơn em.

BÀI 9 ›› TÔI MUỐN THUÊ MỘT PHÒNG

2.1. 🎧

Tiếp tân	: A lô! Khách sạn Empress xin nghe.
Anh Kim	: A lô! Tôi muốn thuê một phòng đơn. Bên chị còn phòng không?
Tiếp tân	: Dạ, còn. Anh muốn ở từ ngày nào đến ngày nào ạ?
Anh Kim	: Tôi muốn ở từ ngày mồng 6 đến ngày 12.
	Chị cho hỏi giá phòng bao nhiêu?
Tiếp tân	: Thưa anh giá phòng là 45 đô la một đêm.
Anh Kim	: Giá như vậy hơi mắc.
	Tôi ở 1 tuần mà không giảm giá à?
Tiếp Tân	: Xin lỗi anh, hiện đang là mùa du lịch.
	nên giá phòng cao, mong anh thông cảm ạ.
Anh Kim	: Tôi biết rồi. Vậy chị cho đặt một phòng nhé.
Tiếp Tân	: Ngày mồng 6, sau 12 giờ trưa anh có thể check - in ạ.
Anh Kim	: Cảm ơn chị. Ngày đó khoảng 1 rưỡi tôi sẽ đến nơi.
Tiếp Tân	: Cám ơn anh. Chào anh.

2.2. 🎧

Nga	: Chào anh. Em muốn thuê xe máy.
Chủ xe	: Em muốn lấy xe nào? Xe ga hay xe số?
Nga	: Xe ga bao nhiêu tiền một ngày?
Chủ xe	: Xe ga 100 nghìn đồng một ngày.
	Xe số rẻ hơn, 80 nghìn đồng một ngày.
Nga	: Cho em thuê cái xe tay ga này.
Chủ xe	: Em thuê bao lâu?
Nga	: Em thuê 4 ngày.
	Từ ngày mồng 7 đến ngày mồng 10.
Chủ xe	: Em cho anh cái chứng minh thư của em.
Nga	: Dạ, đây ạ. Cảm ơn anh.

2.3. 🎧

1. Tôi muốn thuê phòng từ ngày 20 đến ngày 23.
2. Chị ấy đi Huế từ ngày 14 đến ngày 26.
3. Anh ấy thuê xe từ ngày mồng 2 đến ngày mồng 5.

4. Anh ấy đi công tác từ ngày mồng 10 đến ngày 17.
5. Lần này tôi sang Việt Nam từ ngày mồng 3 đến ngày 13.
6. Vợ chồng anh ấy đi du lịch Châu Âu 1 tuần từ ngày mồng 6 đến ngày 13.
7. Hội thảo lần này diễn ra trong 3 ngày từ ngày 20 đến ngày 23.
8. Tôi mới đi du lịch Việt nam từ ngày mồng 8 đến ngày 14 tháng 12.
9. Công ty tôi mới tham gia hội chợ triển lãm từ ngày 25 đến ngày 30 tháng 12.
10. Máy tính của tôi phải đem đi bảo hành từ ngày 13 đến ngày 15.

2.4.

A Choi	: A lô! Khách sạn Sài Gòn phải không?
Lễ tân	: Dạ, đúng ạ. Xin lỗi, em có thể giúp gì cho anh?
A Choi	: Khách sạn em còn phòng không? Tôi muốn đặt 2 phòng đơn.
Lễ tân	: Dạ, còn ạ. Anh muốn ở mấy đêm ạ?
A Choi	: Tôi muốn ở 4 đêm, từ đêm ngày mồng 6 đến hết đêm ngày mồng 9.
A Choi	: Giá phòng dạo này thế nào em?
Lễ tân	: Dạ, phòng đơn 45 đô la một đêm ạ.
A Choi	: Vậy em đặt cho tôi 2 phòng yên tĩnh ở phía trong nhé.
Lễ tân	: Dạ, được rồi anh ạ.
A Choi	: Ngày mồng 6 mấy giờ tôi check in được nhỉ?
Lễ tân	: Dạ, check in sau 12 giờ trưa còn check out trước 12 giờ trưa ạ.
A Choi	: Cảm ơn em.
Lễ tân	: Cảm ơn anh. Chào anh.

BÀI 10 » Ở TIỆM CÀ PHÊ

2.1.

A Lim	: Em ơi, cho anh xem thực đơn.
Nhân viên	: Dạ, đây ạ. Xin lỗi anh dùng gì ạ?
A Lim	: Cho anh một cà phê sữa đá. Anh Park uống gì?
A Park	: Cho tôi một sinh tố xoài.
Nhân viên	: Anh có dùng đá không ạ?
A Park	: Không. Xin đừng cho đá.

2.2. 🎧

A Lim	: Anh Park không thích uống cà phê à?
A Park	: Vâng. Tôi không hay uống cà phê. Nhưng tôi thấy cà phê của Việt Nam đặc hơn cà phê của Hàn Quốc.
A Lim	: Cà phê của Việt Nam rất ngon.
A Park	: Tôi thích uống nước ép trái cây hơn uống cà phê.
A Lim	: Việt Nam là vùng nhiệt đới nên có rất nhiều trái cây. Uống nước ép trái cây tốt cho sức khỏe.

2.3. 🎧

A Park	: Nghe nói, Việt Nam là nước xuất khẩu cà phê lớn nhất thế giới phải không?
A Hùng	: Không phải. Việt Nam là nước xuất khẩu cà phê lớn thứ 2 thế giới.
A Park	: Cà phê nào của Việt Nam nổi tiếng nhất?
A Hùng	: Việt Nam có nhiều loại cà phê nhưng nổi tiếng nhất là cà phê Trung Nguyên.
A Park	: Vậy cà phê Trung Nguyên là ngon nhất phải không?
A Hùng	: Nghe nói, ở Việt Nam có cà phê Chồn là ngon nhất và cũng đắt nhất.
A Park	: Cà phê Chồn là gì?
A Hùng	: Là cà phê do con chồn ăn trái cà phê rồi thải ra hạt cà phê không tiêu hóa được. Người ta lấy hạt đó làm cà phê và gọi là cà phê Chồn.
A Park	: Vậy chắc đắt lắm nhỉ?
A Hùng	: Vâng. Nghe nói 1 kg cà phê Chồn giá 3000 đô la.
A Park	: Ồ! Sao đắt quá vậy.

2.4. 🎧

A Gong	: Em ơi, cho anh xem thực đơn.
Nhân viên	: Dạ, thực đơn đây ạ. Các anh dùng gì ạ?
A Gong	: Cho tôi một suất bún chả. Anh Choi ăn gì?
A Choi	: Em cho anh một bát phở bò và một đĩa nem rán hải sản nhé. Đừng cho rau thơm vào phở nhé. Anh không ăn rau thơm.
Nhân Viên	: Các anh có uống gì không ạ?
A Gong	: Cho bọn anh 2 lon bia Heiniken.
A Gong	: Tôi thích ăn bún chả. Bún chả có vị giống Kuksu của Hàn Quốc.

A Choi	: Thế à. Tôi thì thích ăn phở bò. Nhưng tôi không thích ăn rau thơm.
A Gong	: Nhưng phở phải có rau thơm thì mới ngon và đúng vị phở của Việt Nam.
A Choi	: Vâng. Nhưng tôi ăn rau thơm vẫn chưa quen.

A Gong	: Em ơi tính tiền. Hết bao nhiêu em?
Nhân viên	: Dạ, của các anh hết 120 nghìn đồng ạ.
A Gong	: Cảm ơn em.

BÀI 11 » Ở QUÁN ĂN

2.1. 🎧

Nam	: A lô, anh Bình phải không?
Bình	: Anh đây. Có gì không em?
Nam	: Anh đang làm gì đấy?
Bình	: Hôm nay ngày nghỉ, anh đang ở nhà thôi.
Nam	: Anh ăn cơm chưa?
Bình	: Chưa.
Nam	: Vậy mình đi nhậu đi. Anh Hoàng vừa gọi điện rủ anh em mình đi nhậu.
Bình	: Thế à. Nhậu ở đâu?
Nam	: Nghe nói có quán bia hơi Đức gần bờ hồ ngon lắm. 5 giờ 30 mình gặp nhau rồi đi nhé.
Bình	: Ừm. Vậy 5 rưỡi mình gặp nhau nhé.
Nam	: Vâng. Thế anh nhé.

2.2. 🎧

Nam	: Chào anh Hoàng.
Hoàng	: Chào hai anh.
Nam	: Tuần vừa rồi anh làm gì?
Hoàng	: Tuần vừa rồi tôi bận quá. Công ty tôi đang có dự án mới ở Hải Phòng. Tôi phải xuống Hải Phòng mấy hôm, mới về hôm thứ sáu.
Nam	: Dự án mới ở Hải Phòng à? Dạo này công ty anh đang làm dự án gì dưới đó

vậy?
Hoàng   : À, công ty tôi đang đầu tư xây dựng nhà máy mới ở dưới đó.
Nam   : Vậy chắc anh sẽ phải đi đi về về đó nhiều rồi.
Hoàng   : Vâng. Chắc một tuần cũng phải đi xuống đó một hai lần.
              Thôi chúng ta xem gọi gì đi thôi.

2.3.
Hoàng   : Em ơi, cho anh xem thực đơn.
Phục vụ bàn   : Dạ, mời anh xem. Các anh dùng gì ạ?
Hoàng   : Em cho anh ba cốc bia đen loại lớn.
                Mình gọi đồ nhắm gì anh Nam nhỉ?
Nam   : Xem nào. Ở đây có gì ngon em nhỉ?
Phục vụ bàn   : Dạ, ở nhà hàng chúng em có một số món nhắm rất hợp với
                bia đen như: thịt bò xào, tôm hấp, gà ta hấp muối v.v…
Nam   : Vậy mình gọi một đĩa bò xào, một đĩa tôm hấp đi.
Hoàng   : Vậy em cho anh một đĩa bò xào một đĩa tôm hấp nhé.
                Thế đồ ăn thì có gì?
Phục vụ bàn   : Dạ, anh có thể gọi cơm hoặc lẩu ạ.
Hoàng   : Em cho anh ba suất cơm nữa nhé.
Phục vụ bàn   : Dạ, các anh chờ một chút ạ.

2.4.
Nam   : A lô. An à con.
Con trai   : Dạ.
Nam   : Con đang làm gì đấy?
Con trai   : Dạ, con đang xem ti vi ạ.
Nam   : Thế, mẹ con đâu?
Con trai   : Dạ, mẹ đang đi siêu thị ạ.
Nam   : Em Phương cũng đi siêu thị với mẹ à?
Con trai   : Dạ, em Phương cũng đi siêu thị với mẹ rồi ạ.
Nam   : Khi nào mẹ con về thì nói với mẹ tối nay bố không ăn cơm
             ở nhà nhé. Bố đi ăn tối với mấy người bạn rồi.
Con trai   : Dạ, con chào bố.
Nam   : Ừ, bố chào con.

BÀI 13 »> ĐI BẰNG GÌ?

2.1. 🎧

A. Nam	:	Tắc xi.
Lái xe	:	Xin lỗi, anh đi đâu ạ?
A. Nam	:	Anh cho tôi đến khách sạn Daewoo.
		Ơ! Sao anh lại đi đường này?
Lái xe	:	Dạ, bây giờ là giờ tan tầm.
		Đi đường này hơi xa một chút nhưng không bị tắc đường anh ạ.
A. Nam	:	Thế à? Anh làm ơn đi nhanh một chút. Tôi có hẹn lúc 5 giờ.
Lái xe	:	Anh thông cảm. Tôi không chạy nhanh được. Trên đường có nhiều xe quá.

2.2. 🎧

A. Park : Lan ơi, em gọi cho anh một chiếc tắc xi bốn chỗ.
Anh và anh Choi phải ra sân bay ngay bây giờ.

Lan : Vâng ạ.
Thưa anh, em đã gọi rồi ạ. 10 phút nữa xe sẽ tới ạ.

_____

Lan : Thưa anh, xe đến rồi ạ.

A. Park : Cảm ơn em. Em bảo họ chờ anh một chút. Anh sẽ ra ngay.

_____

A. Park : Anh cho chúng tôi đi sân bay.

Tài xế : Vâng. Các anh có đi chiều về luôn không ạ? Em sẽ đợi ở bên ngoài ạ?

A. Park : Có. Anh chờ chúng tôi ở bên ngoài nhé. Chúng tôi sẽ đi chiều về nữa.

Tài xế : Khách của anh đi chuyến bay đến lúc mấy giờ ạ?

A. Park : Chuyến bay đến lúc 10:30 phút. Anh làm ơn đi nhanh một chút.

Tài xế : Vâng, thưa anh.

2.3. 🎧

A. Park : Nghe nói, mai vợ chồng em đi du lịch ở Huế à?

Lan : Dạ, vâng.

A. Park : Em đi bằng gì?

Lan : Dạ, gia đình em đi bằng tàu hỏa.
Nghe nói đi bằng tàu hỏa thú vị lắm nên gia đình em đi bằng tàu hỏa.

A. Park : Đi bằng tàu hỏa từ Hà Nội đến Huế mất bao lâu?

Lan	:	Dạ, đi bằng tàu hỏa mất khoảng 14 tiếng ạ.
A. Park	:	Thế em và gia đình định đi du lịch trong bao lâu?
Lan	:	Dạ, Em và gia đình sẽ đi khoảng 5 ngày ạ.
A. Park	:	Chúc em và gia đình đi nghỉ vui vẻ.
Lan	:	Cảm ơn anh.

BÀI 14 >>> TÔI BỊ LẠC ĐƯỜNG

2.1. 🎧

A Kim	:	A lô. Anh Bình phải không?
A Bình	:	A Lô. Chào anh Kim. Anh có khỏe không?
A Kim	:	Chào anh. Tôi khỏe. Lâu quá không gặp. Anh thế nào?
A Bình	:	Vâng. Tôi cũng khỏe.
		Nghe nói, anh sắp sang Việt Nam à? Khi nào anh sang?
A Kim	:	Vâng. Tôi sắp sang Việt Nam.
		Tôi dự định ngày 15 tháng 2 tôi sẽ sang Việt Nam.
A Bình	:	Thế à. Anh sang bao lâu? Anh đi công tác hay đi du lịch?
A Kim	:	Lần này tôi sang khoảng 1 tuần. Tôi đi du lịch cùng gia đình tôi.
		Ở Hàn Quốc đang là mùa đông. Trời rất lạnh. Nhiệt độ trung bình - 5℃.
A Bình	:	Thế à. Vậy thì lạnh quá. Ở TP. HCM thì trời vẫn nắng.
		Thời tiết khoảng 25- 28 độ.
A Kim	:	Anh có thể đặt giúp tôi khách sạn được không?
A Bình	:	Được chứ. Để tôi đặt cho. Khi nào anh sang thì liên lạc với tôi nhé.

2.2. 🎧

A Kim	:	Chào anh. Xin lỗi. Anh làm ơn cho hỏi ngân Hàng Vietcombank ở đâu ạ?
A Bình	:	Anh đi thẳng đường này thì sẽ đến một ngã tư.
		Từ đó, anh rẽ phải rồi đi tiếp thêm 1 ngã tư nữa, đến ngã tư thứ hai là thấy.
A Kim	:	Đi thẳng đường này đến ngã tư thì rẽ phải, tiếp tục đi qua một ngã tư nữa,
		đến ngã tư thứ hai là sẽ thấy đúng không ạ?
A Bình	:	Vâng. Đúng rồi.
A Kim	:	Ngân hàng ở phía bên nào anh nhỉ?
A Bình	:	Dạ, ngân hàng ở phía bên tay phải của anh ấy.

A Kim	: Cảm ơn anh. Chào anh.
A Bình	: Không có chi.

Bài 15 » Ở NGÂN HÀNG

3.1.

Nhân viên	: Chào anh. Xin lỗi, anh cần gì ạ?
A. Kim	: Chào em. Anh muốn đổi đô la sang tiền Việt. Hôm nay tỉ giá thế nào em?
Nhân viên	: Dạ, hôm nay giá đô mua vào là 20,85 còn bán ra là 20,93 ạ. Anh đổi bao nhiêu ạ?
A. Kim	: Cho anh đổi 300 đô la.
Nhân viên	: Xin anh chờ một chút ạ. Dạ, tiền của anh đây ạ. Tất cả là 6 255 000 đồng ạ.
A. Kim	: Cảm ơn em.
Nhân viên	: Dạ, chào anh.

3.2.

Nhân viên	: Chào anh. Xin lỗi, anh cần gì ạ?
A. Kim	: Chào em. Anh muốn gửi tiền vào số tài khoản này.
Nhân viên	: Dạ, xin anh hãy ghi thông tin vào phiếu này ạ. Xin anh cho em xem hộ chiếu ạ.
A. Kim	: Bao giờ thì tiền vào tài khoản hả em?
Nhân viên	: Dạ, sau 15 phút gửi ạ. Xong rồi thưa anh. Hộ chiếu của anh đây ạ.
A. Kim	: Cảm ơn em.
Nhân viên	: Dạ, chào anh.

3.3.

A. Kim	: Em ơi. Em cho anh hỏi nếu anh muốn rút tiền thì phải làm thế nào?
Nhân viên	: Dạ, anh có thể trực tiếp đến ngân hàng để rút ạ. Hoặc anh cũng có thể rút ở cây ATM. Khi đi, anh nhớ mang theo hộ chiếu ạ.

A. **Kim**   : Cảm ơn em.
Nhân viên : Dạ, chào anh.

BÀI 16 » ĐI DU LỊCH

3.1.

Quê tôi ở Hae Nam.

Haenam nằm ở phía nam của Hàn Quốc.

Từ Seoul đến Haenam khoảng 500km.

Haenam nổi tiếng là miền đất cuối cùng của bán đảo Hàn.

Ở Haenam có chùa Taehung, chùa Mihoang nổi tiếng và phong cảnh ở Haenam rất đẹp.

Haenam có một số đặc sản như: kim, lúa gạo và hải sản.

Haenam còn có nhiều khoai lang cho nên có nhiều người thường đến đây để mua.

Hiện nay, mẹ của tôi đang sống ở quê một mình.

Vì quê tôi rất xa nên một năm tôi chỉ về quê 2 lần thôi.

Tôi không hay về quê nhưng tôi hay gọi điện thoại cho mẹ tôi.

3.2.

Tại sao người Hàn Quốc thích ăn kim chi ?

Theo tôi có nhiều lý do.

Người Hàn Quốc thích ăn kim chi vì:

- Kim chi là món ăn truyền thống của người Hàn Quốc.

- Kim chi rất hợp với vị của người Hàn Quốc.

- Vì kimchi rất ngon và tốt cho sức khỏe.

- Nghe nói kimchi có nhiều vitamin và nếu ăn kim chi thì có khả năng tăng sức đề kháng.

BÀI 17 » TÔI CHƯA QUEN KHÍ HẬU VIỆT NAM

KHÍ HẬU HÀN QUỐC

Hàn Quốc có 4 Mùa: xuân, hạ, thu, đông.
Mùa xuân bắt đầu từ tháng 3 và kết thúc vào tháng 5.
Thời tiết mùa xuân ấm áp.
Nhiệt độ cao nhất cũng chỉ khoảng 10℃ (10 độ xê).
Vào mùa xuân có nhiều hoa nở. Cảnh vật mùa xuân rất đẹp.

Mùa hè bắt đầu từ tháng 6 và kết thúc vào tháng 8.
Mùa hè khá nóng, nhiệt độ cao nhất lên đến 40℃.
Mùa hè nóng và có mưa nên đi đâu cũng phải mang theo ô.
Mùa hè, người Hàn Quốc thường đi tắm biển hoặc đi vào rừng để tránh nắng.

Mùa thu bắt đầu vào tháng 9 và kết thúc vào tháng 11.
Mùa thu có gió thu mát mẻ và có lá vàng rất đẹp.
Vào mùa thu, có nhiều người đi leo núi, ngắm cảnh thu vàng trên núi.

Mùa đông bắt đầu từ tháng 12 và kết thúc vào tháng 2.
Mùa đông trời rất lạnh.
Nhiệt độ trung bình khoảng -5℃ (âm 5 độ xê).
Nhiệt độ thấp nhất có khi xuống đến -20℃.
Mùa đông ở Hàn Quốc có nhiều tuyết rơi.

TÓM LƯỢC CÁC TỪ VÀ ĐẶC ĐIỂM NGỮ PHÁP ĐÃ HỌC

1 DANH TỪ

Bài 1

Người	sinh viên

Bài 2

tên	máy vi tính
giáo viên	phóng viên
người Trung Quốc	tiếng Anh
người Hàn Quốc	tiếng Nhật
tờ báo	bạn
quyển sách	tiếng Anh

Bài 3

ti vi	tiếng Nga
cơm	ký túc xá
mẹ	phòng
ba (cha)	số 2 (= hai)
thư	1 (= một)
cà phê	điện thoại
máy vi tính	máy lạnh
bóng bàn	xe đạp
nhạc	bạn

Bài 4

xe máy	thức ăn
quán ăn	công ty
hiệu sách	năm nay
rạp chiếu bóng	tuổi

chợ
nhà hàng
siêu thị

trường đại học
nhà trọ
số 1, 10, 11, 12, ... 21, 22

Bài 5

từ điển
người bán
chai
dầu gội đầu
xà phòng (= xà bông)
nón (= mũ)
đôi
giầy
gương
lược
con gà
con vịt

con cá
quạt máy
áo
quần
cặp sách
con bò
con heo
con chim
hàng hoá
thịt gà
quận
người nước ngoài

Bài 6 (Ôn tập)

giám đốc
bác sĩ

tài xế
y tá

Bài 7

hôm nay

căn-tin

Bài 8

@ = a còng (= a móc)
điện thoại di động
địa chỉ
đường
quận (bài 5)
máy nhắn tin

thư ký
tầng
trạm điện thoại công cộng
thẻ điện thoại
bưu điện

Bài 9

tiếp tân	một ngày
nữ tiếp tân	tủ lạnh
khách sạn	người hướng dẫn
phòng đơn	nhật ký
phòng đôi	hiện nay
đô-la (USD)	

Bài 10

tiệm	đá chanh
thực đơn	nước cam
ly	dừa
cà phê đá	giá
nước dừa	kem ly
đá (ice)	Coca Cola
cà phê sữa	Pepsi
cà phê đá	bia Tiger
cà phê sữa đá	bia 333

Bài 11

món ăn	thói quen
bây giờ	phở
súp cua	hủ tiếu
chả giò	cơm
cơm chiên	cá
lẩu dê	thịt
phở	canh
công viên	bữa ăn
nhà hàng	hướng dẫn viên
nơi	

Bài 12 (Ôn tập)

hướng dẫn viên du lịch

Bài 13

sân bay	xe xích lô
tắc xi	xe buýt
chỗ	xe tải
trước	người yêu
xe lửa (tàu hỏa)	sinh nhật
chạy	xe ôm
một chút	khách
thứ nhất	giao thông
phong cảnh	v.v…(vân vân)
máy bay	con đường
tàu thủy	người ta

Bài 14

ngân hàng	trời
mét	tuần sau
bên trái	tham quan
ngã tư	đầu tiên
thứ hai (=thứ nhì)	sáng nay
thang máy	

Bài 15

hôm qua	dạo này
tiền	tuần này
tỉ giá	tuần trước
tài khoản	tuần sau
số tài khoản	giám đốc
thẻ tín dụng	tiền giấy
hôm nay	giá trị
ngày mai	tiền lẻ
ngày mốt	tiền chẵn
hôm qua	
hôm kia	

Bài 16

vé	mùa thu
chuyến	mùa đông
tiếng	di tích
(vé) một chiều	hồ
(vé) khứ hồi	phố
xe tốc hành	

Bài 17

khí hậu	mùa xuân
bão	mùa hạ
nhiệt độ	mùa thu
độ	mùa đông
áo lạnh	mùa khô (=mùa nắng)
rượu	tuyết
vợ	mưa
mùa	

Bài 18 (Ôn tập)

lương	nhà vệ sinh

2 ĐỘNG TỪ

Bài 1

là	hẹn
chào	gặp
cám ơn	đến

Bài 2

giới thiệu	muốn
được	học
xin lỗi	

Bài 3

xem	nghe
đọc	viết
uống	sử dụng
ăn	sống
chơi	có
biết	

Bài 4

cần	làm việc
mua	dạy

Bài 5

đi mua sắm	nằm
hỏi	thích
gọi (là)	

Bài 6 (Ôn tập)

Bài 7

đi học	về nhà
đến trường	nghỉ trưa
ăn trưa	ăn tối
đi	đi ngủ
rửa mặt	

Bài 8

làm ơn	gửi thư
gặp (bài 1)	nhắn
gọi (điện thoại)	

Bài 9

cần	chạy (xe máy)
thuê	lái (xe hơi)
hết…rồi	trở về

được

Bài 10

uống	gọi
xem	tính tiền
xin	mở (cửa)
cho (đá vào…)	đóng (cửa)

Bài 11

đi	đi du lịch
ăn	đi chơi
chọn	bán
nấu ăn	tốn
nấu	

Bài 12 (Ôn tập)

Bài 13

chờ (=đợi)	đi bộ than phiền
bị hiểu	phê bình
khởi hành	kẹt xe
xem	chở

Bài 14

đi thẳng	đi qua
tiếp tục	quản lý
rẽ trái	lên
lặp lại	(trời) mưa
rẽ phải	sợ
thấy	

Bài 15

đổi	giúp đỡ
gửi tiền	buôn bán

cần   kinh doanh
rút tiền   thanh toán

Bài 16
trở lại   ngắm (biển)

Bài 17
quen   uống thuốc
cảm thấy   nhức đầu (=đau đầu)
thoải mái   đề nghị thành lập
(bị) cảm
nghe nói

Bài 18 (Ôn tập)
chơi gôn   tập thể dục
hợp tác   đánh răng
rời   thay (quần áo)
rửa mặt   kết thúc
sản xuất   tắm
xây dựng   ra ngoài

3 TÍNH TỪ

Bài 1
khỏe   bình thường

Bài 2
hân hạnh

Bài 3
thú vị   đẹp

Bài 4
tốt

Bài 5

    to   béo= mập
    rẻ   gầy= ốm
    mắc   mới
    nhỏ   nhiều
    xấu

Bài 6 (Ôn tập)

Bài 7

Bài 8

    bận   thuận tiện

Bài 9

    nóng

Bài 10

    ngon   lạnh
    rẻ   trẻ
    cũ   bình dân
    mắc   sang trọng

Bài 11

    to

Bài 12 (Ôn tập)

Bài 13

    trễ   phức tạp
    nhanh   thuận tiện

Bài 14

    gần   hạnh phúc

Bài 15
    tốt   thấp

Bài 16
    cổ (xưa)   tuyệt
    nổi tiếng

Bài 17
    giống   khác

Bài 18
    chăm chỉ   hư (hỏng)

4 ĐẠI TỪ VÀ CÁC LOẠI TỪ KHÁC

Bài 1
    cô   lại
    anh   thế nào
    thầy   còn
    tôi   mới
    cũng   đây (là)

Bài 2
    bạn   và
    dạ

Bài 3
    ai   rất
    cô ấy   ở
    anh ấy   của
                                      không có

Bài 4
    ở đâu   chỉ
    ơi   chị/cô/…

tôi/em
chúng tôi/chúng ta
anh/ông/…

các anh/các ông…
chị ấy/ông ấy/bà ấy…
họ
của ai

Bài 5
này
ở đây
cái
quá

quyển
cục
như

Bài 6
thường

bao nhiêu

Bài 7
Lúc mấy giờ?
ngày mấy?
từ…đến…

mấy giờ?
vào thứ mấy?
sẽ

Bài 8
(số) mấy?
trên (đường)

có thể
phải

Bài 9
a lô
đấy là…
loại nào?

bao nhiêu
cho nên
hơn

Bài 10
thế à!
đặc biệt là

tất cả

Bài 11
họ
đang

ở đó
khác

đi (mệnh lệnh) khoảng
thế thì hoặc
tại (=ở)

Bài 13
các anh có thể
tại sao bằng
bởi vì vì vậy

Bài 14
từ đây

Bài 15
hay nếu…thì…
với nhau hãy
như thế thì

Bài 16
bao lâu sau khi
bao xa trước khi
vì…nên… cuối cùng
sau đó

Bài 17
chưa cũng vậy
sắp cũng…như vậy…
à? giống nhau
trong + (thời gian) khác nhau
đã…chưa? rồi

Memo

Memo